ఓం తత్ సత్

ఓం తత్ సత్
(విశ్వమంతా దైవంలోనే)

డా. సూర్య

White Falcon
Publishing

ఓం తత్ సత్
డా. సూర్య

Published by White Falcon Publishing
Chandigarh, India

Cover design by White Falcon Publishing, 2024

ISBN - 978-93-48199-42-3

పుస్తకం పై వివరణ

కొన్ని వేల ఏళ్ళుగా దైవం అంటే మనందరికీ ఒక విధమైన అవగాహన వుంది సర్వశక్తిమంతుడు, సృష్టికర్త ఎక్కడో పై లోకాలలో ఉండి మనల్ని చూస్తూ నడిపిస్తూ ఉంటాడని. ఆ భావనతోనే దైవము పై భక్తి భయము ఏర్పచుకున్నాము, పూజా పునస్కారాలు చేసి చల్లగా చూడమని ఆపదల నుండి రక్షించమని ఇలా ఎన్నో రకాల కోరికలు నెరవేర్చమని వేడుకుంటున్నాము.

దైవ భావనకు ఒక పార్శ్వము బహిర్ముఖంగా ఇదైతే అంతర్ముఖ పార్శ్వాన్ని ఇంకా అవగాహన చేసుకోవలసి ఉంది. సృష్టించబడిన జీవులన్నీ, వాటిలోని వ్యవస్థలన్నీ నిరంతరంగా ఎలా నడుస్తున్నాయి, దైవ దత్తమైన ఏర్పాట్లు ఏమిటి అని తెలుసుకోవలసి వుంది. మనం దాని ప్రకారమే జీవిస్తున్నామా లేదా అని విశ్లేషించుకోవలసి వుంది. ఏమైనా పక్కదారి పట్టి వుంటే ఎలా సరి చేసుకోవాలి అనీ కూడా ఆలోచించుకోవలసి వుంది.

సూక్ష్మంగా గమనిస్తే, విశ్లేషిస్తే దైవం సృష్టించినవి అన్నీ పరిపూర్ణమైనవి సమగ్రమైనవి సహజసిద్ధమైనవి ఏ లోపాలు, దుష్ప్రభావాలు లేనివి పర్యావరణ హితమైనవి అని విదితం అవుతుంది.

మనలో ఇలాంటి జిజ్ఞాస కలిగినప్పుడు ప్రకృతి తల్లి దైవం గురించి మన ఊహకు అందని చాలా విషయాలను మనకు

చేరుస్తుంది. అలాగే జీవితంలో కలిగిన అనుభవాలు మరికొన్ని విషయాలను బోధిస్తాయి.

ఆ విధమైన జ్ఞానోదయముతో దైవం వాస్తవికత, గొప్పతనము మానవ జీవనం, బలహీనతలు, మానవ పరిశోధనలు, వాణిజ్య వ్యాపార ధోరణులు వాటి ప్రభావాల విశ్లేషణ, ప్రకృతి తో మమేకమవగలిగే కొన్ని విషయాలతో కలగలిపి దైవ ప్రేరణతో ఈ పుస్తకము కూర్చబడింది.

డా. సూర్య

ముందు మాట

ఒక పుస్తకమో, ఒక వ్యక్తి లేదా ఒక మాట, మనిషి జీవన విధానంలో కనీసం గా ఆలోచన విధానంలో మార్పునో, పరిగెడుతున్న జీవితాన్ని కాస్త ఆగి ఆలోచించేలా చేస్తుంది, తనదయిన శైలిలో ముద్రవేస్తుంది. యువతగా దీని పై అభిప్రాయాన్ని తెలియచేయాలని సూర్య గారి నుండి నాకు ఈ పుస్తకం అందింది. పుస్తకం చదివే నేను, ఒక యువతిని, తల్లిని, చిన్న వ్యాపార నిర్వహణ బాధ్యత వహిస్తున్న ఈ కాలపు మహిళను, కార్పొరేట్ శిక్షకురాలిని, డబ్బింగ్ కళాకారిణిని. నేను ఈ పుస్తకం తీసుకున్నప్పుడు కేవలం విశ్లేషణాత్మక ధోరణితోనే అందుకున్నాను.కానీ ఒక్క పట్టున పుస్తకం చదివినకొద్దీ...నేను అంటే నేను చేస్తున్న పని, అదే నా గుర్తింపు, అన్న భావాన్ని పక్కన పెట్టి నేను మనిషిగా దైవ సృష్టి గా నడుచుకోవాల్సిన విధానాన్ని ఆలోచించేవిధం గా ప్రేరేపించింది ఈ పుస్తకం. దైవ సృష్టి అన్న పదం ఇచ్చాను కాదా అని ఇదేదో దేవుడు మతానికి చెందినది అని పొరపాటు పడేరు... వందకి వందశాతం కాదు. చదువరి ఏ మతం లేదా ఏ జాతికి చెందిన వారు అయినప్పటికీ వారిలో ఉన్న దైవ జిజ్ఞాసకు కాస్త సానపెడుతుంది డా.సూర్య గారి విశ్లేషణాత్మక వివరణ. సాంకేతికతికం గా, పూర్తి లోక జ్ఞానం తెలుసు అనుకుంటూనే తెలిసి తెలియక జీవనవిధానంలో ఛాందసాన్ని అనుభవిస్తున్న మనం కచ్చితం గా చదవవలసిన పుస్తకం "**ఓం తత్ సత్**".

శ్రీమతి ప్రియ సంతోష్

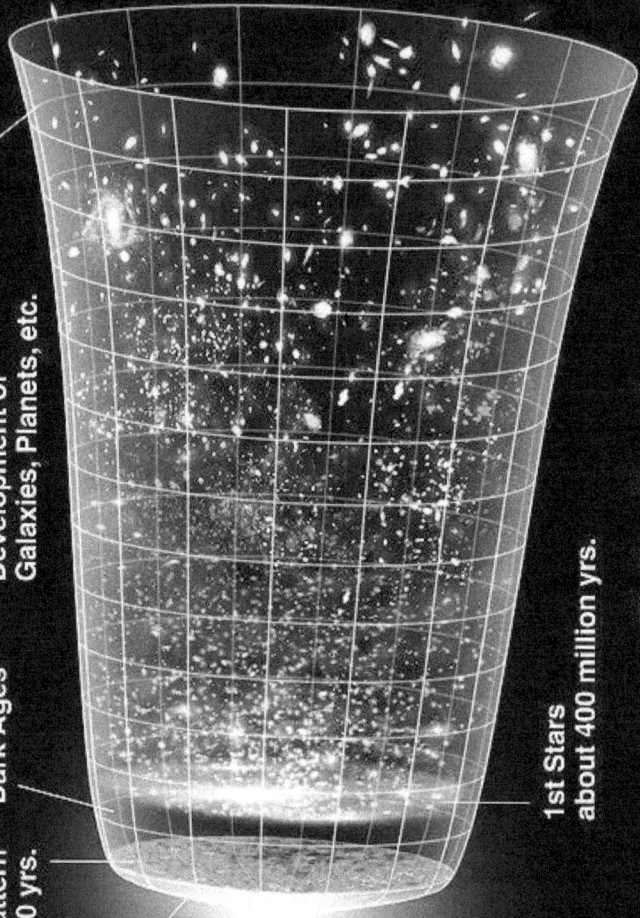

Quantum
Fluctuations

Inflation

Afterglow Light
Pattern
375,000 yrs.

Dark Ages

Development of
Galaxies, Planets, etc.

Dark Energy
Accelerated Expansion

1st Stars
about 400 million yrs.

Big Bang Expansion
13.77 billion years

సూచిక

1

ప్రకృతితో సాన్నిహిత్యం

ఉదయాన్నే ఇంటినుండి బయటపడి ఉదయ వాహ్యాళికి నాలుగు అడుగులు వేద్దామని నడక మొదలు పెడితే ఆ ఆహ్లాదకరమైన వాతావరణము ఎన్నో ఆలోచనలకు తెర తీస్తుంది అనుభవాలు అందిస్తుంది. అందులో ప్రత్యేకమైనది చుట్టూ ఉన్న ప్రకృతి తల్లి మనకు ఈ సృష్టి గురించి చాలా క్రొత్త అవగాహనలు కలిగిస్తుంది మరియు జిజ్ఞాస ఉండి నేర్చుకోవాలేగాని తెలియని విషయాలెన్నో నిరంతరం నేర్పిస్తూనే ఉంటుంది. ముఖ్యముగా అన్నిటికి సృష్టికర్తయిన దైవం యొక్క వాస్తవికత గురించి మంచి అవగాహన కల్పిస్తుంది. అలా ఎంతో కాలంగా గ్రహించిన కొన్ని విషయాలు ఇక్కడ పొందుపరుస్తున్నాను ...

ప్రకృతికి, అన్నిటికి ఆధారభూతమైన భూమి తల్లి పై కాలుమోపి అనునిత్యం ముందుకు కదులుతాము. భూమి తల్లి కి గురుత్వాకర్షణ శక్తిని కూడా ఇచ్చి జీవులు అన్నిటికి ఒక ఆధారము నిలకడ కలిగించిన శక్తి దైవమే. కనుక దైవము సృష్టించిన వాటినన్నిటిని భూమి తల్లి ప్రేమగా పొత్తిళ్ళలో ఉంచుతుంది. ఈ సృష్టిలో గాలిని, నీటిని, మట్టిని, రాతిని, జీవాన్ని కలిగివున్న ఏకైక గ్రహమయిన తల్లి భూమాతకు నమస్కరించుకుని అడుగేస్తే చిన్ని పాపను లాలిస్తున్న తల్లి ఒడిలో ఉన్న భావన కలగడం ఖచ్చితం.

అలా అనుభూతిచెందుతూ ముందుకు వెళితే నడక దారిలో ఎన్నో చెట్లు ఎదురవుతాయి వాటి నుండి వీచే చల్లటి గాలి, మంచి పరిమళము ఆస్వాదిస్తాము మంచి ఆరోగ్యము పొందుతాము. కానీ ప్రకృతి చూపించినట్లు ప్రత్యేకమైన దృష్టితో గమనిస్తే ......

"చెట్లు కళ్ళు మూసుకొని తపస్సు చేస్తున్న మునుల వలె అనిపిస్తాయి"

అవి నిశ్చలముగానే వుండి దైవం ఇచ్చిన సూర్యరశ్మి, గాలిలోని బొగ్గుపులుసు వాయువు, భూమినుండి నీరు పోషకాలను గ్రహించి, కొన్ని సూక్ష్మజీవుల సహాయముతో ఆహారాన్నితయారు చేసుకొని స్వీకరించి జీవిస్తూ తమ కర్తవ్యాన్ని నిర్వహిస్తూ ఉంటాయి. ఈ ప్రక్రియలో ప్రాణ వాయువును విడుదల చేసి జీవకోటి మనుగడకు దోహదపడుతూ ఉంటాయి, వర్షాలు కురవడానికి మూలమై ప్రకృతి పర్యావరణాల సంవృద్ధికి దోహద పడతాయి. అవి జీవకోటి ఆహార, ఆరోగ్యాల వినియోగం కోసం ఎన్నో పూలు, కాయలు, పళ్ళు కాస్తాయి. అవి నిస్వార్ధమైన సేవకు ప్రత్యక్ష నమూనా అని జగమెరిగిన సత్యం. నిజానికి మునులకు ప్రకృతి నుండి శక్తిని గ్రహించే విషయములో అవి మార్గదర్శకులు అని కూడా అర్ధం చేసుకోవచ్చు.

ఓ వృక్షాల్లారా! ఇంత నిస్వార్ధముగా మీరు ప్రాణవాయువు, ఆకులు, కాయలు, పళ్ళు ఇంకా ఎన్నో ఉచితముగా జీవులకు అందిస్తున్నారు కదా అలా ఎందుకు ఇవ్వాలని మీకెప్పుడు అనిపించలేదా అనే నా మనస్సులోని ప్రశ్నకు ... అది దైవ సృష్టి నియమం ప్రకారము జరుగుతుంది దాన్ని మేము తూచాతప్పకుండా పాటిస్తాము తద్వారా జీవులకు, ప్రకృతికి మంచి చేస్తున్నాము కదా అని మౌనముగా జవాబు

ఇస్తున్నట్టు అనిపిస్తుంది. నిశితంగా గమనిస్తే ప్రతి గరిక గడ్డి బద్ద కూడా ఏ జీవికైనా ఆహారమవ్వాలని ఎదురు చూస్తున్నట్లు అవగాహన అవుతుంది. ఆహా.. ఏమా నిస్వార్థ సేవా భావం, వీటికి ఎంత గొప్ప జన్మ లభించింది అనుకుంటూ ముందుకు వెళ్తుంటే...

ఒక చిన్న నీటి గుంత దగ్గరకు చేరేటప్పటికి సహజముగానే నా కళ్ళు వెతుకుతాయి ఇవాళ వచ్చిందా లేదా అని. అదేమంటే ఒక బాతు రోజూ ఎక్కడ నించో వచ్చి ఆ నీటి కుంటలో తన ఆహారం కోసం వెతికి కొన్ని చేపలను పట్టుకొని కడుపు నింపుకొని వెళ్ళిపోతూ ఉంటుంది. ఇదే దాని దినచర్య దైవదత్తమైన ఆహారం దక్కించుకొని స్వీకరించే పద్ధతి.

అలాగే రకరకాల పక్షులు వాటి ఆహారము కోసం కాయలు, పండ్లు, దుంపలు, గింజలు, పురుగులు వగైరాలను ప్రతి రోజు ఉదయం సేకరించే పనిలో అటు ఇటు ఎగరడం కనబడుతుంది. అవి ఆ రోజుకు ఆహార సేకరణలో నిమగ్నమై వున్నాయి. కేవలం తమ ఆహారాన్ని దైవం ఎక్కడ వుంచాడో వాటిని కనిపెట్టి సేకరించడానికి శ్రమిస్తున్నాయి. అలా లభించిన వాటిని మాత్రమే భుజించి బ్రతుకుతాయి. దానిలో ఇమిడి వున్న దైవ కార్యక్రమము పురుగుల నుండి ప్రకృతిని రక్షించడం, కొన్నిటి యొక్క పునరుత్పత్తికి దోహదపడటం లాంటివి మాత్రమే నిర్వర్తిస్తున్నాయి.

నీటిలో జలచరాలు, అడవి లోని జంతువులు, మృగాలు కూడా వాటికి దైవ ప్రసాదిత ఆహారాన్ని కనుగొని, వేటాడి తిని బ్రతుకుతాయి ఆ విధంగా వాటికి నిర్దేశించబడిన కర్తవ్యాన్ని నిర్వహిస్తూ ఉంటాయి.

సూక్ష్మ అతిసూక్ష్మ క్రిములు కూడా పరాన్నజీవులుగానో మరేదయినా దైవ నిర్దేశిత మార్గములో ప్రయాణిస్తూ దైవదత్తమైన విధముగానే జీవిస్తాయి.

దైవదత్తమైనవి అంటే దైవం జీవుల కొరకు ప్రకృతిలో ఏర్పాటు చేసి ఇచ్చినవి. గాలి, నీరు, కర్తవ్యానుసారం భుజించదగిన ఆహార పదార్థాలు లాంటివి అని అర్థము. ప్రతి జీవి ప్రధమ కర్తవ్యముగా తనకై దైవం ఏర్పాటు చేసిన ఆహార సేకరణ కొరకు శ్రమించాలి. ఆలా లభించినదాన్నే ఆహారముగా భుజించాలి. మరియు పునరుత్పత్తి ప్రక్రియను సహజ ధర్మం గా ఆచరించడం కూడా జీవుల కర్తవ్యమే.

"సృష్టిలో జీవులన్నీ దైవదత్తమైన సహజ జీవనాన్ని పాటిస్తున్నాయి ఒక్క మనుషులు తప్ప"

ఇవన్నీ మనకు విదితమే, చిరపరిచితాలే, కానీ కొంత నిశితముగా పరిశీలిస్తే ఒక విషయము అర్థమౌతుంది. అదేమంటే ఇంచుమించు జీవులన్నీ సహజముగా ప్రకృతిలో లభించే వాటిని స్వీకరించి దైవ నిర్దేశానుసారమే బ్రతుకుతున్నాయి వాటి కర్తవ్యాలనే నిర్వర్తిస్తున్నాయి.

జీవులలో ఉత్తమమైన జన్మగా ఉన్న మానవ జాతి తమకు ఇవ్వబడ్డ, అలవడ్డ తెలివితేటలతో ఆహార విహారాలలో జీవన శైలి స్థితి గతులలో కొన్ని మార్పులుచేసుకున్నారు. ఆ ప్రక్రియలోనే మనుషులైన మనం అతి తక్కువ శాతం సహజ సిద్ధమైన వాటిని యధాతదంగా ఆహారముగా స్వీకరిస్తున్నాము.

ఆహార పదార్థాలను ఉష్ణాన్ని ఇతర దినుసులను వాడి వండి రుచిగా భుజించడానికి అలవాటు పడ్డాము. బహుశా ఒకప్పుడు అంటే నిప్పుని కనుగొనక ముందు సుమారు 20 లక్షల ఏళ్ళ క్రితం మనుషులు కూడా మిగతా జీవుల్లానే దైవదత్తమైన ఆహారాన్నే స్వీకరిస్తూ సహజసిద్ధముగా జీవిస్తూ ఉండి ఉండవచ్చు ఆ తరవాత మెల్ల మెల్లగా మారి కొత్త కొత్త రుచులు కనుగొని వండిన ఆహారానికి అలవాటుపడి ఉండవచ్చు. గత కొన్ని వందల ఏళ్లుగా ఈ విషయములో విపరీతమైన మార్పులు చోటుచేసుకున్నాయి. మరి ఇప్పటి పరిస్థితులైతే కొన్ని ఆహారపు అలవాట్లైతే మనుషుల ఆరోగ్యానికి ముప్పు తెచ్చే స్థితికి చేర్చి సహజమయిన విధానానికి దూరముగా జరిగిపోయేటట్లు చేస్తున్నాయి.

కాలక్రమేణా మనిషి తెలివితేటలను ఉపయోగించి జీవన విధానాలలో ఎన్నో మార్పులు చేసుకొన్నాడు. గుంపులుగా, సమాజాలుగా, సంఘజీవిగా అయి బలమైన వాడు రాజ్యాలను ఏర్పరచి పరిపాలించడము మొదలుపెట్టాడు.

అదే కాలములో బలం బలగాలను ఉపయోగించి తన అవసరాలకు సాటి మనుషులను బానిసలుగా చేసుకోవడమే కాక, కొన్ని జంతువులను మచ్చిక చేసుకొని వాటితో కూడా తన పనులు చేయించుకోవడం మొదలుపెట్టాడు.

మనుషులు వారి వారి నైపుణ్యాన్ని బట్టి వ్యవసాయము మరియు ఇతర వృత్తులు చేయడం ప్రారంభించారు. తద్వారా ఏర్పడినవే కులాలు, గోత్రాలు, ఆ ప్రాతిపదికన వచ్చినవే ఇంటి పేర్లు. వ్యక్తులకూ పేర్లు పెట్టడం తో ప్రతి మనిషికి ఒక గుర్తింపు ఏర్పడింది.

మేధావులైన వారు భాషలు, లిపులు తయారు చేసి వాటిని విస్తృత పరిచారు. మానవులు ఎన్నో లక్షల సంవత్సరాలలో ఈ స్థితికి చేరుకున్నారు.

తదనంతరం గత కొన్ని వేల సంవత్సరాలుగా ఏన్నో పోరాటాల ఫలితముగా ప్రజలే పాలించుకొనే, తమని తామే ఉద్ధరించుకునే స్థాయికి చేరారు.

ఈ దశలో ఎన్నో పరిశోధనలు జరిపి శాస్త్రీయ, సాంకేతిక ఆవిష్కరణలు జరిపి మనుషులు తమ ఆరోగ్యము, సౌకర్యము, వినోదము వాటన్నిటిని వాణిజ్యము వ్యాపారముగా వృద్ధి పరచుకొనే స్థితికి చేరారు. ఈ స్థితిలో జంతువులతో పాటు యంత్రాలను ఉపయోగించడం మొదలుపెట్టారు. చాల ఎక్కువగా యంత్రాల మీద ఆధార పడటం చేశారు, చేస్తూనే ఉన్నారు. చివరకు మేధస్సును కూడా యంత్రాలకే మూటగట్టి కృత్రిమ మేధ అంటూ చెప్పే స్థితికి చేరారు. వ్యాపార వాణిజ్యాల వృద్ధి సాధనాలుగా ఇవి ఇంకా ముందుకు తీసుకు వెళ్లే పరిస్థితులు చాల ఎక్కువగా వృద్ధి చేయబడుతున్నాయి కానీ వీటి పర్యవసానాలు ఏవిధముగా పరిణమిస్తాయో తెలియదు.

పరిశోధనలు పరిధిని విస్తృతపరచి ఈ భూమి, పర్యావరణము, అంతరిక్షములో కనబడుతున్న వాటికి కారణాలను వెతకడంలో శాస్త్రీయ పురోగతి చూస్తున్నాము. కానీ సృష్టి పరిపుష్టానికి ఆవరమయిన వాటన్నిటిని ప్రత్యక్షంగా కనపడేవిగా కొన్ని కనపడనివిగా కొన్ని అంతర్గతముగా మిళితముగా నిక్షిప్తము చేసి దైవం ముందుగానే సృష్టించి ఉంచాడు.

"మనుషులు పరిశోధించి కనుగొంటున్నవి అన్ని దేవునిచే ముందుగా సృష్టించబడ్డవే"

దైవం, ఈ సృష్టి ల గురించి ప్రకృతి ఇంకా ఎన్నో విషయాలు సూచిస్తున్నది. వాటిని గ్రహించి అన్వయిస్తే దైవం మనకు ఏమి ఇచ్చాడు మనం వాటిని ఎలా వాడుకుంటున్నాము అనేది అర్ధమౌతుంది... దైవం తరులు, గిరులు వగైరాలను వాటికి అవసరమైన భూమి, వెలుతురు, గాలి, నీరు, ఆహారము, వాతావరణ పరిస్థితులు అన్నిటిని ఏర్పాటు చేశాకే, అందుబాటులోకి తెచ్చాకే జీవకోటి సృష్టి చేసాడు.

"దైవం జీవుల మనుగడకు అవసరమైన అన్నిటిని ఉచితంగానే ఇచ్చాడు"

అవన్నీ ప్రకృతి సిద్ధమైనవి సహజమైనవి వాటిని యధాతదంగా స్వీకరించాలి అని దైవ నిర్దేశమయివుండాలి. కేవలం స్వచ్ఛమైన గాలిని పీలుస్తూ, మంచి నీటిని తాగుతూ, సరైన ఆహారాన్ని కనుగొని సేకరించి భుజించి జీవించడమే జీవులు చెయ్యవలసిన పని. మిగిలినదంతా దైవంచే ఏర్పాటు చేయబడిన జీవుల అంతర్గత వ్యవస్థలు దైవం అధీనంలో చూసుకుంటాయి, జీవుల మనుగడ సవ్యముగా సాగుతుంది మరియు ఆరోగ్యము సదా రక్షించబడుతుంది. అంటే ....

"దైవ ప్రసాదిత సహజసిద్ధమైన గాలి, నీరు, ఆహారాలే అమృతమంటే"

సరైన ఆహారాన్ని భుజించకపోతే నీ రక్తాన్ని నువ్వే కలుషిత పరుస్తున్నావని నీ దేహాన్ని నువ్వే అనారోగ్యంపాలు చేస్తున్నావని గుర్తుపెట్టుకోవాలి.

ఈ భూమి మీద ఉన్న మొత్తం జీవరాశులలో సుమారు 0.01 శాతము (సుమారు ప్రతి పది వేల జీవులలో ఒకటి) గా ఉన్న మానవులు తప్ప, మిగతా 17.99 శాతము గా ఉన్న జీవ రాశులు మరియు 82.00 శాతము గా ఉన్న వృక్ష, మొక్క, తీగ జాతులు వగైరా అన్ని దైవదత్తమైనవి అని పైన చెప్పుకొన్న విధముగానే ఆహారమును స్వీకరిస్తూ సరైన జీవన శైలినే పాటిస్తున్నాయి. దైవ సృష్టికి అనుగుణముగా మసులుకుంటూ తమకు తాము ఇతర జీవులకు ప్రకృతికి ఎంతో మేలు చేస్తున్నాయి.

దైవం అన్నీ జీవులకు మెదడును అమర్చి ఆలోచన తద్వారా తమ కర్తవ్యాలను పూర్తి చేసుకొనే సామర్థ్యము ఇచ్చాడు. పైన పేర్కొన్నట్లు 99.99 శాతమైన జీవరాశుల ఆలోచనలు ఆచరణలు కేవలం దైవదత్తమైన వాటి వరకే పరిమితమవుతున్నాయి.

కానీ దైవం మనుషులకు మేధస్సు, ఆలోచనా శక్తి కొంచం అధికముగా ఇచ్చాడు. పరీక్షించడానికో అనుగ్రహించడానికో తెలియదు కానీ దానిని వాడుకొని దైవదత్తమైన తమ జీవన శైలిలో పైన పేర్కొన్నట్లు చాలా మార్పులు, చేర్పులు మనుషులు చేసుకొంటున్నారు. అది ఎంత వరకు మంచికి ఉపయోగించుకుంటున్నారు అని తర్వాత విశదీకరిద్దాము.

2

దైవ జ్ఞానం

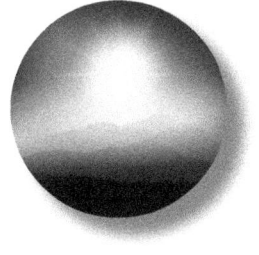

ఆది అంతం లేని దైవం ఈ విశ్వాన్ని సృష్టించిన వేల కోట్ల సంవత్సరాల తరువాత మనిషి దైవం యొక్క ఉనికిని గ్రహించగలిగాడు. మనిషి తెలుసుకొని ఒక లక్ష సంవత్సరాల పైన అయినప్పటికీ గత కొన్ని వేల సంవత్సరాలుగా దైవానికి రూపము కల్పించి పూజించే స్థాయికి మనుషులు మారుతూ వచ్చారు.

దైవం ప్రత్యక్షంగా కనపడి నేనే దైవాన్ని అని చెప్పడం జరగదు. దైవం ఉనికిని మనము మనో వీక్షణము ద్వారా మాత్రమే అవగాహన చేసుకొని గ్రహించాలి.

దైవానికి ఈ విశ్వానికి, సృష్టికి, మనుషులకు సంబంధమేమిటని తెలుసుకోవడానికి ప్రయత్నం చేద్దాము.

ఈ సృష్టిలో ఏది యాదృచ్ఛికంగా తయారవ్వదు. కర్త, కర్మ, క్రియ ఎవరో ఒకరు ఉండాల్సిందే. ఏ చిన్న వస్తువైనా ఎవరో ఒకరు రూపకల్పన చేసి అవసరమైన సామానులు సరంజామా ఏర్పాటు చేసుకొని చేస్తే గాని తయారు అవ్వదు అని మనకు బాగా తెలిసిన విషయమే .

అలాంటిది ఈ అనంత విశ్వము, ఇంత విస్తృతమైన, సమగ్రమైన సృష్టిని ఎవరో చేసి ఉండాలి కదా. అంతటి మహా కార్యం చేసింది తప్పనిసరిగా ఒక మహా శక్తే అయివుంటుంది కదా ....

"అదే దైవము"

కాగితము కలము తీసుకొని చేసే రూపకల్పన కాదిది; దైవ సంకల్ప మాత్రాన జరిగేవి. సర్వశక్తిమంతము, సర్వోత్కృష్టము, శాశ్వతము అయిన ఆ దైవం కేవలము సంకల్ప మాత్రాన సృష్టించినవే ఈ విశ్వము, ప్రకృతి, పర్యావరణము, జీవులు అన్నీ.

దైవ స్పృహ మనిషికి కలిగిన తరువాత అంటే దైవం ఉనికిని గ్రహించిన తరవాత దైవం ఎక్కడ ఉంటాడు ఎలా ఉంటాడు అనే జిజ్ఞాస మనుషులలో మొదలైంది.

అన్ని మతాలలోకి పురాతనమని భావిస్తున్న హిందూ మతము దైవం గురించి "ఓం తత్ సత్" అని భగవద్గీతలో పేర్కొన్నది. అన్ని ఇతర మతాలు దైవాన్ని ఇంచుమించుగా అదే విధముగా భావిస్తున్నాయి. ఓం తత్ సత్ అని మాత్రమే ఇప్పటిదాకా మనుషులు అవగాహన చేసుకోగలిగారు.

"ఓం" దైవం (దైవధ్వని), "తత్" అది (దైవం) "సత్" సత్యమైనది, శాశ్వతమైనది అని అర్థం చేసుకున్నారు.

శాశ్వతమైన ఆ దైవము తనలోని బ్రహ్మ పదార్థాన్ని విస్ఫోటనం గావించి ఈ సృష్టిని మొదలు పెట్టి ఉండాలి. తర్వాత ఈ విశ్వాన్ని తనలోనే విస్తరిస్తూ సుమారు 1380 కోట్ల సంవత్సరాల క్రితం నక్షత్ర మండలాల్ని, సుమారు 600 కోట్ల సంవత్సరాల క్రితం పర్యావరణాన్ని, సుమారు 454 కోట్ల

సంవత్సరాల క్రితం భూమిని, సుమారు 370 కోట్ల సంవత్సరాల క్రితం భూమిపై జీవాన్ని సృష్టించినట్లు మన ఖగోళ శాస్త్రజ్ఞులు అంచనా వేశారు.

గత శతాబ్దంలో ఈ విశ్వ సృష్టి ఎలా మొదలైనది అని ఆలోచించి విజ్ఞాన శాస్త్ర పరంగా నిర్ధారించడానికి బిగ్ బ్యాంగ్, హిగ్స్ బోసాన్ పార్టికల్ (దైవ కణం) వగైరా కొన్ని సిద్ధాంతాలను శాస్త్రవేత్తలు ముందుకు తెచ్చారు. అన్నిట్లోను అప్పటికే వున్నది ఏదో ఒక పదార్థం విస్ఫోటనం చెందడం వల్ల విశ్వ సృష్టి మొదలయి వుండవచ్చని భావించారు.

శాశ్వతమయిన దైవం ఈ సృష్టి ప్రారంభం కన్నా ముందునుంచే ఉన్న శక్తి. దైవం లోనే ఉన్న బ్రహ్మ పదార్థం అదే కావచ్చు. అప్పటికే ఉన్నటువంటి దైవమే దాన్ని విస్ఫోటనం గావించి అపరిమితమైన శక్తిని విడుదల చేసి ఈ విశ్వ సృష్టిని ప్రారంభించి తనలోనే విస్తరిస్తూ ఉండవచ్చు.

"ఈ సృష్టిలో ఏ వ్యవస్థయినా, జీవైనా ఒక కణము నుండే అంకురించి పెరుగుతుంది"

తనయందే ఈ విశ్వమంతా విస్తరించినందున, ఇమిడి ఉన్నందున ప్రతి అణువణువునా సూన్యమందు, కృష్ణ బిలములందు, గాలియందు, నీటి యందు, భూమియందు ఎల్లెడలా దైవమే విస్తరించి ఉన్నాడు. అదేవిధముగా ప్రతి జీవిలోను, సజీవ నిర్జీవజాలం అన్నిట్లోనూ ప్రతి కణము వరకు అనుసంధానము చేసుకొని దైవం విస్తరించి ఉన్నాడు.

"దైవమే ప్రతి జీవి యొక్క ప్రాణము"

ఏ జీవి పుట్టుకైనా ఒక కణము నుండే మొదలవుతుంది కదా. చెట్లు కూడా అంతే, బీజములోని ఒక కణము నుంచే అంకురిస్తాయి. ఏ జీవి పుట్టుకైనా అదే జాతికి చెందిన రెండు భిన్న లింగాల జీవుల కలయికవల్ల ఏర్పడ్డ ఒక కణము నుండే అంకురిస్తుంది కొన్ని ఏక కణ సూక్ష్మ జీవులలో కణ విభజన ద్వారా జరుగుతుంది. ఆ మొదటి కణమే జీవి పుట్టుకకు అంకురంగా భావిస్తాము.

"ఆ మొదటి కణముతో దైవం అనుసంధానమవ్వడమే జీవి పుట్టుక, ఉపసంహరించడమే మరణం"

తన సృష్టి మొత్తానికి పోషణ, నిర్వహణ కూడా దైవశక్తే. దైవము ద్వారా ఆ బాధ్యత నిరంతరం కొనసాగుతూనే ఉంటుంది. అది ఎంత జాగ్రత్తగా అంటే, ఒక అమ్మ తన చంటి బిడ్డను సాకేదానికన్నా ఎక్కువ శ్రద్ధతో కూడినది. ప్రతి అమ్మ తన బిడ్డలను స్వచ్ఛమైన ప్రేమతో సాకి నీకు వూహ తెలియని రోజులలో సకల సపర్యలు చేసి పెంచి పెద్ద చేస్తుంది. జీవితాంతం అంతే స్వచ్ఛమైన ప్రేమను వారి పట్ల కలిగి ఉంటుంది. అమ్మ ప్రేమ సపర్యలకు ఏ బిడ్డ ఏనాటికి ఋణము తీర్చుకోలేడు. అందుకే అమ్మను భూమాతకు ప్రతిరూపముగా సృష్టించి దైవం తనలోని ప్రేమనంతా అమ్మలో నింపాడు అని అందరి నమ్మకం.

జీవజాలమంతా ఒక క్రమ పద్ధతిలో రూపకల్పన చేసి దైవముచే సృష్టించబడినదే, చిన్నదయినా పెద్దదయినా కానీ ఏవి శాశ్వతమయినవి కావు నశించవలసినవే. దైవ రూపకల్పన ప్రకారము నిర్ణయమైన జీవిత కాలము పూర్తవగానే భూమిపైనున్న ఏ జీవులైన మరణించి నిష్క్రమిస్తాయి.

"కాల ప్రవాహములో పెట్టి తాను సృష్టించిన అన్నిటిని దైవమే ముందుకు నడిపిస్తున్నాడు"

కాలము దైవం లో భాగము, చాల బలమైనది నిరంతర చైతన్యముతో సృష్టించ బడిన వాటన్నిటిని వాటి వాటి దైవ నిర్దేశిత గమ్యాల వైపు తీసువెళ్లి పోతుంది. జీవిత కాలము పూర్తవ్వగానే వదిలి పెట్టేస్తుంది. కాల ప్రవాహ కొలమానాలుగా సెకనులు, నిముషాలు, గంటలు, రోజులు, సంవత్సరాలు అని మనం ఏర్పాటు చేసుకున్నాము. కానీ కాలము అలాటి కొలమానాల అవసరము లేకుండానే దైవం అధీనములో ఈ విశ్వమంతటిని అందులోని నక్షత్ర మండలాల నుండి సూక్ష్మజీవుల వరకు అన్నిటిని నిరాటంకముగా ముందుకు నడిపిస్తునే ఉంటుంది.

ఈ భూమి, పాలపుంతలోని ఇతర గ్రహాలన్నీ దైవం ఇచ్చిన కాల వ్యవధి ముగియగానే సూర్యునిలో కలిసిపోతాయి. సుమారు 500 కోట్ల సంవత్సరాల తరవాత సూర్యుడు కూడా నక్షత్ర మరణాన్ని క్రమ క్రమముగా పొంది దైవములో కలిసిపోతాడు.

ఈ విశ్వములో సృష్టించబడ్డవి ఏవి శాశ్వతము కాదు అన్ని నశించిపోవలసిందే. ఇలా చక్రియ పద్ధతిలో పునఃసృష్టి జరుగుతూపోవడమే దైవ సంకల్పిత సృష్టి ధర్మము, నియమము. అయితే మరి సృష్టి కొనసాగించే శాశ్వతమైనది ఎవరు ... దానికి సమాధానం ....

"ఆ శాశ్వతుడు ఒక్క దైవమే"

కొన్ని వేల ఏళ్ళ క్రితం ఈ విశ్వాన్ని, మనల్ని సృష్టించి నడిపిస్తున్నది ఆ దైవం అని భావన, ఆ దైవం సర్వ శక్తిమంతుడు,

అవ్యక్తుడు, సృష్టి కర్త అని పూర్తిగా నమ్మారు. ఆ విషయాన్ని భక్తి అనే భావం ద్వారా మనుషులందరికి చేర్చే ప్రయత్నము చేసి చాలా వరకు సఫలీకృతులైనారు.

మనుషుల నైజాన్ని, జ్ఞానాన్ని బట్టి ఆ భక్తి భావం భయ భక్తులుగా మార్పు చెందింది. దైవం యొక్క మహిమలు, వరాలు శాపాలు ఇచ్చే శక్తులు, ఇలా చాల అంశాలను జోడించి దైవం గురించి మనుషులకు తెలియజేసారు. ఏది ఏమయినా ఆ విధముగా లోక కళ్యాణము, మనుషుల సత్ప్రవర్తన కోసమే చేయబడింది. దాన్ని మనుషులు నమ్మారు, భయభక్తులు ఏర్పరచుకొని దైవాన్ని పూజించడము అలవాటు చేసుకున్నారు ఆచరిస్తూ ఉన్నారు. ఆ దైవ జ్ఞానోదయముతో ఈ సృష్టి పరిరక్షణకు, జీవుల వికాసానికి ఎన్నో మంచి మార్పులు చేసుకుంటున్నారు; కానీ ...

దైవం ఎక్కడో పై లోకాలలో ఉన్నాడని, జీవుల లోపల దేహములో ఎక్కడో ఒక చోట అంతర్యామిగా ఉంటాడని ఊహించుకుని, నమ్మి. అదే మూలాధారముగా ఆధ్యాత్మిక భావనని ముందుకు తీసుకెళ్లారు. ఆ అవగాహనని అక్కడితో స్థంబింప చేసి దైవాన్ని తద్వారా మతాలను స్థాపించి ప్రచారము చేసారు. ఆ మార్గాన్ని అనుసరించారు.

దైవాన్ని అవగాహన చేసుకున్న మేరకు వేదాలు, ఉపనిషత్తులు, ఇతిహాసాలు, పురాణాలు లాంటివెన్నో ముఖ్యముగా సర్వశక్తిగల దైవం యొక్క మహిమలు, ఆత్మ జ్ఞానం, ధర్మ ఆచరణ ఆవశ్యకత మరియు మార్గాలు, మనుషుల ఆలోచన ప్రవర్తనల మంచి చెడు విచక్షణ వగైరా ఎన్నో మార్గదర్శకాలను గ్రంథస్థము చేసి భావితరాలకు అందిచడమయినది. కానీ ఈ విశ్వ సృష్టి, జీవులలో వ్యవస్థల కూర్పు, సృష్టించబడిన వాటన్నిటి నిర్వహణ

ఎలా జరుగుతున్నది, ఎవరు చేస్తున్నారు, దైవదత్తమైన జీవ విధానము ఏమిటి అని అంతగా ఆలోచించినట్లు లేదు.

దైవ తత్వాన్ని పూర్తిగా అర్ధము చేసుకున్నామా లేదా లేక ఇంకా ఏమైనా తెలుసుకోవలసినది వుందా అని ఆలోచించడం దాదాపుగా విస్మరించారు.

దైవానికి జీవులకు మధ్య ఉన్న అనుబంధము, సంబంధము ఇంకా ఎంతో విస్తృతమైనది. దైవం జీవులన్నిటిలో మనుషులను ప్రత్యేకముగా సృష్టించాడు ఎక్కువ తెలివితేటలు ఆలోచన పటిమ ఇచ్చాడు తన ఉనికిని గుర్తించగలిగే పరిస్థితి కల్పించాడు. అందువల్లనే మనుషులు దైవం ఉనికిని గుర్తించగలిగే పరిస్థితులు ఏర్పడ్డాయి. నిజానికి అదే ఈ సృష్టిలో ఇప్పటివరకు చేసిన గొప్ప ఆవిష్కరణ అనుకోవచ్చు.

కొంతమంది దైవాన్ని దేవుడు, దేవత అని తమకుమల్లే స్త్రీ-పురుషులుగా భావించారు అలా ఏర్పాటు చేసుకొని పూజిస్తున్నారు కూడా. కానీ దైవం వాటన్నిటికీ అతీతమయిన, ఊహకందని, నిర్వచించనలవికాని ఒక బృహత్తర శక్తి. దేవుడైనా దేవతైనా, ఏ రూపాలలో చూసినా ఊహించుకున్నా అంతా ఆ అవ్యక్తుడయిన ఒక్క దైవము మాత్రమే.

3

దైవ ఆరాధన

మనిషి ఆటవిక దశ నుండి ఆధునిక దశకు చేరిన తర్వాత ఎంతో కాలానికి భాష జ్ఞానము, లిపి ఏర్పడ్డాయి. కొన్ని వేల కోట్ల ఏళ్లుగా సాగుతున్న ఈ సృష్టిలో గత పది పన్నెండు వేల ఏళ్ళ క్రితం దైవం ఉనికిని గుర్తించారు.

అలనాటి మేధావులు మానవ అభ్యుదయానికి ఎంతో ముందు చూపుతో దైవ భావనని ఒక సాధనంగా చేసుకోవాలని భావించారు అందుకు ఆలంబనగా మతాల ద్వారా కొన్ని పద్ధతులను ఏర్పాటు చేసారు. దాని ఆధారముగా గత ఐదారు వేల ఏళ్లుగా ఎన్నో మతాలు ఆవిర్భవించాయి, మతగ్రంధాలు, పురాణాలు, ఇతిహాసాలు ఇంకా ఎన్నో వ్రాయబడ్డాయి.

"దైవ జ్ఞానముతోనే మతాలు ఆవిర్భవించాయి"

మత గ్రంధాలన్నీ ధర్మ ఆచరణే ప్రాతిపదికగా వ్రాయబడ్డాయి. మనుష్యుల ప్రవర్తన నియమావళి దైవం మాటగా నిర్దేశించబడింది. మానవ పరిణామక్రమములో ఎన్నో మతములుగా ఏర్పడడం తో దైవ ఆరాధనలు, ప్రార్థనలు మొదలయ్యాయి.

మేధావులు వారి వారి వ్యక్తిగత మేధస్సు ఆలోచనలను అనుసరించి నూతన ఒరవడుల తో కొన్ని కొత్త మతాలను ఏర్పాటు చేసారు. అలా అనేక మతాలు ఏర్పడ్డాయి.

దైవభక్తి ప్రచారానికి, జనులకు చేరువ చెయ్యడానికి ఆరాధన ప్రార్ధన స్థలాలుగా ఎన్నో దేవాలయాలు, చర్చిలు, మసీదులు, బౌద్ధారామాలు లాంటివి ఎన్నో నిర్మింప చేశారు.

దైవభక్తిని ఇనుమడింపచేయడానికి ఆధ్యాత్మికతను పెంపొందింప చెయ్యడానికి మఠాధిపతులు స్వయముగాను పరిపాలకుల సహాయముతో ఎంతో కృషి చేసి సఫలీకృతులు అయ్యారు.

అన్ని మతాలు, మత గ్రంధాలు మనుషుల ప్రవర్తన మంచిగా, ఉదాత్తముగా అభివృద్ధి చెందానికి చాల గొప్ప విషయాలను పొందుపరచాయి. అవి ముఖ్యముగా ధర్మాచరణ ఉద్దేశ్యముగా తయారు చేయబడినవి, ఆచరణనీయమైనవి, శాంతి, అహింస, మంచి నడవడిక, సుహృద్భావమూ, సౌభ్రాతృత్వము ఇంకా ఎన్నో మనిషి వ్యక్తిగత, సంఘజీవిగా సంతోషముగా బ్రతకడానికి సత్ప్రవర్తన నియమావళితో కూర్చబడ్డాయి. మానవత్వం, రాక్షసత్వం, ధర్మము, అధర్మము తెలియజెప్పే కధలు, కావ్యాలు, పురాణాలు లాంటివి ఎన్నో మనుషులకు సులభముగా అర్ధమయ్యే రీతిలో తయారు చేసి ప్రాచుర్యం కల్పించారు.

"మతాలన్నీ మానవ అభ్యుదయానికి ఎంతగానో తోడ్పడ్డాయి"

ప్రతి మతము ఎంతో గొప్ప అంశాలతో ఏర్పాటు చెయ్యబడింది. జ్ఞానము పరిమితముగా వున్న కాలములో మనుషులను మంచి మార్గానికి, ఉదాత్తమైన ప్రవర్తన వైపు మళ్లించడానికి ఉపయోగకరంగా ఉండేటట్లు మతగ్రంధాలు వ్రాయబడ్డాయి.

మతాల ప్రభావముతో గత కొన్ని వేల ఏళ్లుగా మనుషులను క్రమశిక్షణలో ఉంచడం వల్ల ఈ రోజు మనుషులు ఒక సురక్షితమైన మనుగడ సాగించగలుగుతున్నారు. అయినా మనుషులు కేవలం మంచిగానే ఉండరు, మంచి చెడ్డ మిళితంగా ఉంటారు.

దైవ సృష్టి ప్రకారం, వేదాలు, పురాణాలు తదితర పవిత్రమైన మత గ్రంధాలు దైవ భావన జీవ ఆవిర్భావం సంబంధించిన జ్ఞానాన్ని తెలియజెప్పారు. రామాయణము మహాభారతము లాంటి ఇతిహాసాల ద్వారా కరుణ, ధర్మ మార్గాలు ఆదర్శ వంతమైన పాత్రలు క్రూర, అధర్మ మార్గాలు దుష్ట పాత్రలతో కూర్చి సులభముగా అర్ధమయ్యే రీతిలో తయారు చేసి మానవాళికి అందించారు.

వాటి స్ఫూర్తితో మనుషుల మంచి ప్రవర్తన వ్యక్తిత్వము ఉత్తమమైన గుణాలు అలవర్చుకుని జీవితాలను ఉన్నతముగా మలుచుకోవడానికి ఎంతగానో తోడ్పడ్డాయి. ఏ విధముగా మనుషుల బుద్ధి ప్రవర్ధన ఉండకూడదో అధర్మము నశిస్తుందో కూడా స్పష్టముగా తెలియజేసారు.

ఇలాంటి గ్రంధాలన్నీ వివిధ మతాల సంబంధంగా తయారు చేసినా, వాటి సారాంశము దాదాపుగా ఒక్కటే అన్ని మతాలకు ఆచరణనీయమయ్యాయి.

యజ్ఞం, ఆరాధన (పూజ), ప్రార్ధన ఇలా ఎన్నో పద్ధతులను దైవ చింతన వృద్ధి చెయ్యడానికి ప్రవేశపెట్టారు. దైవం ఆశీస్సుల కోసం మనుషులు పూజ ప్రార్ధనలు దేవాలయాలలో, చర్చిలలో, మసీదులలో భక్తిశ్రద్ధలతో చెయ్యడానికి ఎక్కువగా అలవాటుపడ్డారు. కానీ గ్రహించ వలసినది ఏమంటే ...

"దైవ నిర్దేశిత ధర్మబద్ధమైన ప్రవర్తనా నియమావళిని శ్రద్ధగా పాటించడమే అసలైన పూజ"

పూజా పద్ధతులలో ఆరోగ్యము, శుచి, శుభ్రత, నిష్ఠ, శ్రద్ధ లాంటివి ఇమిడ్చి మనుషులకు ఒక నమ్మకముగానో, మూఢ నమ్మకముగానో, క్రమశిక్షణ గానో అలవాటు చేశారు. ఎటువంటివి అంటే కొన్ని పూజా పద్ధతులను గమనిస్తే ...

దేవుని పూజించే ప్రక్రియలో స్నానం, శుభ్రం, దీప ధూప నైవేద్యాలకు స్థానం కల్పించారు తద్వారా వ్యక్తిగత శుభ్రత, ఇళ్ళు వాకిళ్ళలో పరిశుభ్రత, సువాసన, క్రిముల నుండి రక్షణ వంటి ఎన్నో విషయాలు నిక్షిప్తం చేశారు. అలాగే ఆరాధనా పూజా పద్ధతులలో ఆరోగ్య ఉపకరణకు ఆత్మప్రదక్షిణ, సాష్టాంగ నమస్కారాలను, ఉపవాసం లాంటివి ఎన్నింటినో భాగము చేసారు. కొంచం వివరముగా తెలుసుకోవడానికి కొన్ని పూజ విధానాలను విశ్లేషిద్దాము...

గణపతి పూజకు ఎన్నో రకాల పత్రీ, పూలు, ఫలాలతోబాటు ఉసిరి, మారేడు, ఉమ్మెత్త, ఉత్తరేణి లాంటి చాల తీగ, మొక్క జాతుల కొమ్మలకు స్థానం కల్పించారు. ఇవన్నీ జీవుల ఆరోగ్యానికి అవసరమైనవి, ఔషధ గుణాలు కలిగినవి. వాటిని భుజించడము, వాటి స్పర్శ, వాటినుండి వీచే గాలి కూడా జీవులకు ఆరోగ్యాన్ని కలిగిస్తుంది. ఇటువంటి పద్ధతులు మరెన్నో ప్రవేశ పెట్టి ఆచరణలోకి తీసుకొని రా బడ్డాయి.

దైవం జీవుల కొరకు సృష్టించినవే అయినా కానీ ఇలాంటి పూజా పద్ధతులు పెట్టక పోయివుంటే ఆ మొక్కలను ఎవ్వరు పెంచరు ఎందుకంటె వాటిలో చాల వరుకు అందునా ఔషధ మొక్కలు

తినడానికి రుచికరమైనవి కావు. ఇప్పటికీ పల్లెటూళ్లలో చెరువు, కాలువ గట్ల పైన, దారుల పక్కన ఈ మొక్కలు కనబడతాయి. ప్రతి సంవత్సరము చేసే గణపతి పూజ దృష్టిలో ఉంచుకొని ఆనాడు వాటిని నాటి ముందు చూపుతో పెంచారు అంటే జనం మంచి కోసం ఎంత గొప్ప ఆలోచన చేశారో ఆనాటి విజ్ఞులు: ఇప్పటికి మనం ఆచరిస్తున్నాము దాని ప్రయోజనము పొందుతున్నాము.

అలాగే ఇస్లాములో రంజాన్ పండగ పద్ధతులు ఉపవాస దీక్షలు మంచి గుణాలు పెంపొందడానికి, ఆరోగ్య పరిరక్షణకు. అలాగే క్రైస్తవమతములో దైవ సన్నిధిలో పాపపు ఆలోచనల, కర్మల ఒప్పుకోలు మనుషుల పశ్చాత్తాపానికి, చెడు నుండి దూరమయ్యే పరివర్తనకు మతపరమైన గొప్ప ఏర్పాటు.

ఇలా చెప్పుకుంటూపోతే జీవులకు శ్రేయోదాయకమైన, ఉపయోగకరమైన ఎన్నో పద్ధతులను దైవ ఆరాధనలు, ప్రార్ధనలు, యాగాలు, హెూమాలు, వ్రతాలు, పండుగలలో ఇమిడ్చి కొన్ని ఆచారాలుగా, పరంపరగా మానవాళికి అందించారు.

ఇంచుమించు మతాలన్నిటిలోనూ, దైవం విడిగా ఎక్కడో ఉన్నట్లు అక్కడి నుండి ఈ విశ్వాన్ని జీవులన్నిటిని సృష్టించి నడిపిస్తున్నట్లు భావనా, అదే విధముగా పాపపుణ్యాలు వాటికి స్వర్గనరకాలు, శిక్షలు దైవం పరలోకములో అమలు చేస్తాడని నమ్మిక మనుషుల మంచి నడవడిక కొరకు అహంభావ నియంత్రణ కొరకు ఇంకా చాల మంచి మార్పుల కొరకు ఉపయోగపడుతున్నది.

కానీ ....

"దైవం తనలోనే అన్నిటిని సృష్టించి విస్తరించి నడిపిస్తున్నవాడు కావున అన్నిటా అంతటా వ్యాపించి ఉన్నాడు"

కావున దైవం వేరే ఏవో లోకాలలో కాదు ప్రకృతి, జీవులతో కలిసే ఉన్నాడు.

ఈ విషయాలని దృష్టిలో పెట్టుకొని మనము దైవం గురించి ముందుగా ఏర్పరచుకున్న అవగాహనను సరిదిద్దుకోవాలసిన అవసరం ఉంది.

హిందూ మతములో ముఖ్యముగా త్రిమూర్తులను (బ్రహ్మ విష్ణు మహేశ్వరులు) ప్రధాన దేవుళ్లుగా పరిగణిస్తారు. వేదాల్లో 12 మంది ఆదిత్యులు, 11 మంది రుద్రులు, 8 మంది వసువులు, ఇద్దరు అశ్వినులు అంటే 33 మందిని, పురాణాల్లో కొన్ని వందల మందిని, ఒక దైవ వ్యవస్థగా ఈ విశ్వానికి దానిలోని అన్నిటికి సృష్టి, స్థితి, లయ కారకులని నమ్ముతారు.

క్రైస్తవమతము ఒకడే దేవుడు అంటే ది ఫాదర్, సన్, ద హెూలీ స్పిరిట్ అని అదే ఈ విశ్వాన్ని దానిలోని అన్నిటిని సృష్టించాడని, ఆయన కుమారుడైన జీసస్ క్రీస్తు దేవుని సందేశము మనుషులకు చేర్చడానికి వచ్చిన దూతగా నమ్ముతారు.

ఇస్లాము మతము ఒక్కడే దేవుడు అని ఆయనే ఈ విశ్వాన్ని దానిలోని అన్నిటిని సృష్టించాడని నమ్ముతారు.

బౌద్ధ మతములో దేవుడు అని ఏమి ప్రత్యేకముగా నమ్మకపోయినా ధర్మ పాలకులని కొంతమంది హిందూ దేవుళ్ళని పరిగణించబడతారు.

ప్రపంచములో ఇంకా చాల మతాలు ఉన్నాయి. అవన్నీ దైవాన్ని తమ తమ అవగాహనల ప్రకారము ఏర్పరచుకొన్నాయి. కానీ మతాలన్నీ దైవమనే శక్తి ఒకటి ఈ విశ్వాన్ని, విశ్వంలో అన్నిటిని సృష్టించి నడిపిస్తున్నది అని నమ్ముతున్నాయి.

వీటన్నిటి ఆకళింపు చేసుకొంటే దేవుడు ఒక్కడే కానీ వారి వారి అవగాహన మేరకు వివిధ రూపాల్లో వివిధ ప్రాంతాల్లో వివిధ దేశాల్లో వేరు వేరుగా ఏర్పరచుకోవడము జరిగిందని విదితమవుతుంది.

దైవ అవగాహన కలిగాక వివిధ మతాచారాలు పద్ధతులు మనుష్యులు వారి వారి అవగాహనా, ఆచరణా సౌలభ్యము కొరకు ఏర్పాటు చేసుకున్నవి మాత్రమే. వివిధ మతాలు వివిధ రూపాలతో దేవుడిని ఊహించుకొని ఆ విధములుగా నెలకొల్పి పూజించారు. చాల మంది మనిషి రూపములో, కొంత మంది రూపము లేకుండా దేవుని నెలకొల్పుకున్నారు.

దైవం అంతటా అన్నిటా వ్యాపించి ఉన్నాడు కాబట్టి దేన్నైనా దైవం అని గురి కుదిరితే పూజించుకోవచ్చు.

దైవం చెడుని అంతము చెయ్యడానికి మానవ అవతారము ఎత్తినట్లు పురాణాలలో పేర్కొనబడింది అది నిజమైన కాకపోయినా దైవం జీవులను సృష్టించినప్పుడే వాటి జీవన కథా కథనంలో జీవన పర్యంతం స్థితిగతులన్నీ నిర్ణయమైపోతాయి.

దైవం లోనే మనం... అంటే విశ్వం, జీవరాశి మొత్తం వుంది. ఒక్కడే అయిన దైవం విశ్వమంతా విస్తరించి ఉన్నా దైవాన్ని ఏదో ఒక రూపములో చూస్తున్నామని భావించడం, ఎవరి అవగాహన ప్రకారం వారికి నచ్చిన రూపమును ఏర్పాటు చేసుకొని

పూజించుకోవడం సమంజసమే. భక్తిభావం ఇనుమడించడానికి అవగాహన సౌలభ్యానికి అది సహజమే అనుకోవచ్చు.

ప్రతి జీవిని ఈ జన్మలో చెయ్యవలసిన కర్తవ్యాలపై దిశా నిర్దేశం చేసి జీవిత కాలము నిర్ణయించి దైవం పుట్టిస్తాడు దాని కర్తవ్యము పూర్తయిన వెంటనే గిట్టించడం తో అదే నాశనమవుతుంది.

దైవం సృష్టించిన ప్రతీదాని వల్ల ఈ విశ్వానికి ఏదో ఒక ఉద్దేశ్యము, ప్రయోజనం ఉంటుంది. దైవం ఏ జీవికి ఏ కర్తవ్యాన్ని ఇచ్చాడో దైవానికి తప్ప ఎవరికి తెలియదు. ఆయా జీవులకు ఏమాత్రము అంతుబట్టదు. వాటి చేతులలో ఏమి ఉండదు అయినా కూడా దైవదత్తమైన కర్మలు చేస్తూ పోతూనే ఉంటాయి.

దైవం నిర్దేశించిన ప్రవర్తన సూత్రాలు అర్థముచేసికొని పాటించడమే జీవి చేయగల ఉత్తమ కర్మ అది నిష్కామముగా ఉంటే, దైవం నిర్దేశించిన కర్తవ్యాలను పూర్తిచేసినట్లే, జన్మ ధన్యమైనట్లే.

మనుషులు మాత్రమే దైవాన్ని పరబ్రహ్మ, భగవంతుడు, సర్వేశ్వరుడు, శివుడు, విష్ణువు, క్రీస్తు, అల్లా ఇలా ఎన్నో పేర్లతో ఆ దేవుడిని భక్తిగా స్మరిస్తూ పూజిస్తూ వుంటారు.

దైవం పట్ల పరిపూర్ణమైన భక్తి ఉంది అనుకొంటూనే, గుడిలో గాని గృహములో గాని దైవానికి దణ్ణం పెట్టె ముందు వరకు, పూజ అయిన తరవాత మళ్ళీ అబద్ధాలు చెప్పే వాళ్ళు, మోసాలు, కుట్రలు వగైరాలు చేసే వాళ్ళు చాల మంది వున్నారు.

దైవం ముందు ఉన్న కాసేపు లేక పూజ చేసేటప్పుడు మంచిగా ఉంటే సరిపోతుందని తరవాత ఏమైనా చేసేయ్యవచ్చు అనే ఉదాసీన భావముతో ఉండటం, నిజమైన దైవభక్తి అవ్వకపోగా

చాల అనర్థాలకు మూల కారణము అవుతున్నది. దైవం పై భయ భక్తులతో ఒక దణ్ణం పెట్టుకొని హుండీ లో ముడుపు వేసి ఏదైనా చెయ్యవచ్చు అనుకోవడమే అసలైన సమస్య. అలా చెయ్యడం తప్పు దైవం పట్ల అపచారము అని తెలుసుకోక పోవడమే చిత్తశుద్ధి లేకపోవడం.

ఈ పరిస్థితిలో మార్పు రావాలంటే దైవం పట్ల పరిపూర్ణమైన నమ్మకంతో చిత్తశుద్ధితో ప్రతి కర్మను దైవార్పణముగా ఆచరించాలి.

పశుపక్ష్యాదులు, క్రిముకీటకాలు, తరులు, గిరులు తదితరులు ఏ పూజలు, ప్రార్థనలు చెయ్యవు కానీ అవి ఈ సృష్టికి తమ వంతుగా చేయవలసిన దైవదత్తమైన నిర్దిష్ట కర్తవ్యములన్ని నిష్టగా చేస్తూనే ఉంటాయి. అందువల్లనే వాటికి చెడ్డ కర్మల ఆలోచరణ పాప పుణ్యాల ప్రమేయం ఉండదు.

4

విశ్వమంతటికి దైవం ఒక్కటే

మనం ప్రపంచం అని పిలుచుకునే భూమి అంతా ఒక్కటే.
ఒక గ్రహం. కానీ భౌగోళిక పరిస్థితులను ఇతర అంశాలను బట్టి
మనుషులచే వేరు వేరు ఖండాలు, దేశాలుగా విభజింపబడింది.
దానితో బాటు వివిధ మతాలు, దైవాలు, సంస్కృతులు,
ఆచారాలు, అలవాట్లు వంటివి ఏర్పడ్డాయి.

కానీ వివిధ ప్రాంతాల్లో వివిధ దేశాల్లో మనుషులు ఏర్పాటు
చేసుకుని నమ్ముతున్న వివిధ రూపాల దైవాలు అన్నిచోట్లా
సృష్టి మాత్రము ఒకేలా చేశారు.

మనుషులనే తీసుకొంటే భౌగోళిక ప్రాంతాలని బట్టి రంగు,
రూపాలలో కొంత తేడాలు తప్ప రూపశిల్పం, శరీర నిర్మాణం
మరియు లోపలి అవయవాలు, వ్యవస్థలు అంతా ఒకేలా
ఉన్నాయి.

అదేవిధముగా దైవ సృష్టి ప్రకారము మిగిలిన జీవులన్నీ వాటి
వాటి తరగతులకు చెందిన ఒకే రకమైన ప్రాణులు ఒకేలా
రూపకల్పన చేసి సృష్టించబడ్డాయి. సృష్టిలోని మిగిలిన
పశుపక్ష్యాదులు, చెట్లు పుట్టలు, రాళ్ళూ రప్పలు, నదీనదాలు,
సూక్ష్మ అతిసూక్ష్మ జీవులు అన్నీ ఇంచుమించు ఒకే విధము గా
రూపకల్పన చేయబడ్డాయి.

గాలి, నీరు, వాతావరణం, ఆహారం వగైరా కూడా అన్ని ప్రదేశాలలో ఒకేలా సృష్టించబడ్డాయి.

"ఒకే దైవం రూపకల్పన చేసి సృష్టించినవి కాబట్టే అన్ని చోట్లా ఒకేలా ఉన్నాయి"

అందువల్ల ఒకే దైవం మాత్రమే సృష్టి మొత్తాన్ని చేస్తున్నది అని పూర్తిగా నిర్ధారించదగినది.

వివిధ రూపాల్లోని దైవాలు వేరు వేరు దేశాల్లో, ప్రాంతాల్లో, జాతుల్లో, తెగల్లో ఉన్నవన్నీ మనుషులు ఊహించుకొని ఏర్పరచుకొన్నవే తప్ప అందరమూ ఒకే దైవాన్ని వేరు వేరు పేర్లు, రూపాలు, పద్ధతులలో పూజిస్తున్నాము.

దైవం ఒక్కటేనని అన్ని మతాలు చెబుతూనే ఉన్నప్పటికీ అది తమ మతానికే పరిమితమని భావన కలిగేటట్లు వేరే మతము యొక్క దైవాన్ని స్మరించకూడదు పూజించకూడదు ఇతర మతాల పద్ధతులు పాటించుట, ప్రసాదాలు స్వీకరించుట అపరాధమని ఉపదేశించినట్లు మనుషులు భావిస్తుంటారు.

వారి వారి మతాల వ్యాప్తికి అది అవసరమే అయివుండొచ్చు కానీ దానివల్ల ఈ విశ్వానికంతటికి ఒకే దైవం అనే స్పృహ లేకుండా పోయింది. ఆ కారణంగా ఎన్నో అనర్థాలు చోటు చేసుకుంటున్నాయి.

ఒకే దైవాన్ని వేరు వేరు దైవాలుగా భావించి వివిధ మతాలు ఏర్పాటు చేసుకొని ద్వేషాలు పెంచుకొని ఘర్షణల వరకు తెచ్చుకొని మతము అనేది యుద్ధాలకు, రక్తపాతానికి హేతువుగా మారుస్తూ వస్తున్నారు. ఈ విషయంపై అవగాహనలో స్పష్టత ఏర్పరచుకోవాలి ఒకే దైవం అని గ్రహించి ఆలోచన, ప్రవర్తన

ధోరణులను తప్పక సరిచేసుకోవాలి. ఒక్క దైవమే జీవులన్నిటిని సృష్టిస్తున్నది అనేది వాస్తవము అని తెలుసుకోవాలి...

"ఒకే దైవం అందరిలోనూ ఉన్నదని, మనుషులందరం సంబంధీకులమేమని, మిగతా జీవులన్నీ మనకు కావలసినవేనని గుర్తించాలి"

అలాంటి దృక్పథాన్ని ఏర్పరచుకొంటే మత విద్వేషాలు, మత ఘర్షణలు, కలహాలు, మారణకాండలు, దేశాల మధ్య యుద్ధాలు లాంటి వన్నీ తొలగిపోతాయి. అవి ఎంత అసంబద్ధమైనవో, దురదృష్టకరమైనవో కూడా అర్ధమౌతుంది.

"మతమేదైనా మనుషులందరి పూజ, ప్రార్ధనలు చేరుతున్నది ఒకే దైవానికి"

విశ్వమంతా తనలోనే ఇముడ్చుకున్న దైవం ఒక్కటేనని సరిగ్గా గుర్తించలేకపోయాము. ఈ సృష్టిని జాగ్రత్తగా గమనిస్తే దైవం ఒక్కడేనన్న విషయము ఇంకా స్పష్టముగా అవగతమవుతుంది.

ఏ మతాలు లేని ఇతర జీవులన్నీ ఏ ప్రాంతానికి, దేశానికి చెందినవైనా ఎటువంటి వైషమ్యాలు లేకుండా ఒకటి గానే ఉంటున్నాయి. ఏ పూజలు చెయ్యకుండానే దైవ నిర్దేశం ప్రకారమే తమ జీవనము, కర్తవ్యాలను తూ. ఛా. తప్పకుండ నిర్వహిస్తూ దైవ హితంగా ఉంటున్నాయి.

సర్వాంతర్యామి అయిన దైవాన్ని ఏదో ఒక రూపము గానో లేక రూపరహితముగా ఎవరికి నచ్చిన విధముగా వారు కొలుచుకోవడము సరియైనదే గాని. ఒకే దైవాన్ని అందరమూ కొలుస్తున్నాము ప్రార్ధిస్తున్నాము అనే స్పృహ కొరవడడం

మాత్రం లోపమే అదే దారుణాలకు దారి తీస్తూ ప్రపంచాన్ని ముక్కలు చేస్తున్నది .

దైవంపై భక్తి కుదిరాక, దైవ భావనలో తన్మయత్వము కలిగాక దైవాన్ని కళ్లారా ప్రత్యక్షంగా చూడాలని ఆశపడని వారు ఉండరు.

"ప్రతి జీవి అనుక్షణం దైవంతో కలిసే ఉన్నా చూడలేని పరిస్థితి"

వాస్తవానికి దైవాన్ని అనుభూతి చెందాలేగాని చూడాలనుకోవడం అశాంతికి, మానసిక ఆందోళనకు దారితీస్తుంది. మునులు, స్వాములు కూడా తపస్సు చేసాక దైవాన్ని అనుభూతి మాత్రమే చెంది ఉంటారే గాని ప్రత్యక్షంగా చూసి ఉండరు.

"దైవాన్ని అనుభూతిచెందాలే తప్ప ఒక రూపముగా గాని వేరే విధముగా గాని చూడడము అసాధ్యము"

కొంతమంది మనుషులు మునులై దైవ సాక్షాత్కారము కొరకు తపస్సు చేసినట్లు దైవ సాక్షాత్కారము పొందినట్లు పురాణాలలో పేర్కొనబడింది. కానీ అది కూడా అనుభూతే అయి ఉంటుంది.

మొదటి వాగ్గేయకారుడిగా ప్రసిద్ధిగాంచిన తాళ్ళపాక అన్నమాచార్యులు దైవాన్ని వెంకటేశ్వరస్వామి గా ఎంతగానో అనుభూతి చెంది ఎన్నో కీర్తనలు రచించాడు. అలాటి అన్నమయ్యే కూడా తాను రచించిన కీర్తనలలో దైవాన్ని "పొడగంటిమయ్యా మిమ్ము పురుషోత్తమా" అన్నాడే గాని చూసాను అని చెప్పలేదు. దైవం ఉనికిని అనుభూతి మాత్రమే చెందాడు. ఎవరికైనా అంతవరకే సాధ్యము అనిపిస్తుంది.

"భక్తి, భజన, స్తుతి, గానం, జ్ఞానములతో దైవాన్ని కొలిచి మానసికముగా అనుభూతి చెందవచ్చు"

దైవాన్ని ఎలా అనుభూతి చెందాలి దైవదత్తమైన ప్రవర్తన నియమావళి ఏమిటి అని ఎలా తెలుసు కోవాలి అని ఎంతగానో తపన పడతాము కానీ అది అంతుపట్టదు. మన ప్రమేయములేకుండానే దైవ నిర్దేశిత కర్మానుసారముగా జీవనం ముందుకుసాగి పోతూనేవుంటుంది.

5

విశ్వమంతా దైవం లోనే

ఈ విశ్వము ఎన్నో గ్రహాలూ, నక్షత్రాలు, నక్షత్రమండలాలు, తోకచుక్కలు, వాయువులు, శున్యము, కృష్ణబిలాలు, ధూళి, గురుత్వాకర్షణ, భూమి, ప్రకృతి కోటాను కోట్ల జీవులు, చెట్లు, గిరులు ఇలా ఎన్నెన్నో మన ఊహకు అందనన్ని విశేషాలతో కూడి ఉన్నది. ఇదంతా ఆ దైవసృష్టి యొక్క విశేషమే. దైవ సంకల్ప మాత్రాన ఏర్పడినవే .....

"ఈ సృష్టి అంతా కేవలం దైవ సంకల్ప మాత్రాన జరుగుతున్నది"

అందువల్ల ......

"ఒకే దైవం మాత్రమే సృష్టి మొత్తాన్ని చేస్తున్నది"

...... అని పూర్తిగా నిర్ధారించదగినది.

అంటే సృష్టిలోని ప్రతిదాని రూపకల్పన, నిర్మాణత, నిర్వహణ, నశింపు అన్ని దైవ సంకల్పానుసారమే జరుగుతూ ఉంటాయి.

దైవ సంకల్పితమేదయినా సమగ్రమైనది, లోపరహితమైనది, దుష్ప్రభావరహితమైనది అయి ఉంటుందని ఈ సృష్టిలోని ఏ చరాచరాన్ని చూసినా స్పష్టంగా తెలుస్తుంది.

భూమి మీద జీవాన్ని సృష్టించడానికి ముందే అది మనుగడ సాగించడానికి అవసరమైన పరిస్థితులను భూమిపై, అంతరిక్షంలో దైవం ఏర్పరిచాడు. పాలపుంతలో సౌర కుటుంబాన్ని సూర్యుడు చుట్టూ నిర్ణీత కక్ష్యలలో తిరిగే కొన్ని గ్రహాలూ ఉపగ్రహాలతో సృష్టించాడు.

వాటితో బాటు భూమిని కూడా సృష్టించి ప్రకృతి వాతావరణాలను భూమిపై ఏర్పరచి జీవులకు నివాస యోగ్యమైనదిగా చేసి సూర్యుని ద్వారా భూమిపై జీవరాశికి అవసరమైన వెలుతురు, వేడి చేరేటట్లు, గురుత్వాకర్షణ శక్తి, గాలి, నీరు, ఆహారం ఏర్పాటు చేసి జీవాన్ని సృష్టించాడు.

సూర్యుడు ఇంకా ఇతర గ్రహాల నుండి వచ్చే హానికరమైన కిరణాల ప్రభావమునించి సురక్షితముగా ఉంచడానికి భూమి చుట్టూ వివిధ వాయువులతో మందమైన పొరలను ఏర్పాటు చేసాడు.

మనము ఉన్న నక్షత్ర మండలన్ని పాలపుంత అని పిలుచుకుంటున్నాము. అది విస్ఫోటనము (బిగ్ బాంగ్) లో ఇతర నక్షత్ర మండలాలతో బాటు ఏర్పడినదే.

అలాగే సృష్టిలోనున్న అన్ని నక్షత్ర మండలాలు విస్ఫోటనా కేంద్రకం చుట్టూ నిర్ణీత కక్ష్యలలో అవి అంతరించేవరకు నిరంతరంగా తిరుగుతూనే ఉంటాయి. అదే విధముగా ఆయా నక్షత్రమండలలో ఉన్నటువంటి గ్రహాలూ ఉపగ్రహాలు తదితరాలతో ఒక క్రమ పద్ధతిలో తమ చుట్టూ తాము తిరుగుతూ నిర్ణీత కక్ష్యలలో వాటి వాటి కేంద్రకాల చుట్టూ తిరుగుతూ ఉంటాయి. ఇది సృష్టి విస్తరణలో దైవం చేసిన ఏర్పాటు. ఈ సృష్టి సమతుల్యతకై నిరంతర నిరాటంకముగా కొనసాగే ప్రక్రియ.

ఈ జగత్తు ఆది అంతము ఊహకు అందని విషయమే కానీ దైవ రూపకల్పన మేరకు క్రమ పద్ధతిలో సాగుతూనే ఉంటుంది.

ప్రతి జీవిలో మెదడు అన్ని జీవ కార్యక్రములను నియంత్రిస్తూ నిర్వహిస్తుందని అనుకొంటాము. కానీ మెదడు స్వతంత్రమైనది కాదు కేవలం దైవానికి జీవికి మధ్య ఒక మాధ్యమం మాత్రమే. దైవమే అంతా నడుపుతున్నది.

"దైవమే స్వయముగా తాను సృష్టించిన అన్ని జీవుల పోషణ చూసుకుంటాడు"

విశ్వములో ఒక భాగముగా ఉన్న జీవులన్నీ దైవంలోనే జీవిస్తున్నాయి. అదే ప్రాతిపదికగా తీసుకుంటే సర్వాంతర్యామి అయిన దైవం ప్రతి జీవి యొక్క ప్రతి కణం లోను వ్యాపించి ఉంటాడని, సర్వ జీవ క్రియలు దైవం ప్రమేయముతోనే జరుగుతున్నాయని విదితమవుతుంది.

దైవం మానవ శరీరాన్ని కొన్ని లక్షల కోట్ల శరీర కణాలతో తయారు చేసాడు. వాటి పోషణకు మరి కొన్ని లక్షల కోట్ల రక్త కణాలు, ఇంకొన్ని లక్షల కోట్ల సంఖ్యలో సూక్ష్మ క్రిములను (మైక్రోబియమ్స్) జీవక్రియలో క్రియాశీలము చేసాడు.

దీనితోబాటు జీవుల శరీరాలను ఎక్కువ శాతం నీరు, కొన్ని వాయువులు, కొన్ని ఖనిజాలు వగైరా ప్రకృతిసిద్ధమైన పదార్థాలతో, సహజసిద్ధమైన అంశాలతో దైవం సృష్టి చేసాడు. వీటన్నిటితో ఏర్పడ్డ దేహాలు క్లుప్తముగా మాంసపు ముద్దలు ఎముకల గూళ్ళుగా మనకు కనిపిస్తాయి. అవి జీవి మరణానంతరం జీవశైథిల్యము చెందగలుగుతాయి.

"దైవం జీవులన్నిటిని జీవశైథిల్యము చెందే పదార్ధాలతో తయారుచేసాడు"

దైవం జీవులన్నిటిని జీవశైథిల్యము చెందే అంటే సూక్ష్మజీవులతో నశింపజేయబడి పర్యావరణముపై ఎటువంటి హానికరమైన ప్రభావాలు చూపకుండా ప్రకృతిలో కలపబడే పదార్ధాలతో తయారుచేసాడు.

మనుషులు మరణించాక కర్మకాండల ద్వారా దహనం లేక ఖననం చెయ్యడముగాని జరుగుతుంది. కానీ మిగిలిన అత్యఅధిక శాతం జీవులన్నీ మరణించాక దైవం చేసిన ఈ సహజసిద్ధమైన ఏర్పాటు ద్వారా సూక్ష్మజీవులు సూర్యరశ్మి వల్ల జీవశైథిల్యం అయి నశిస్తాయి. పర్యావరణానికి ప్రకృతికి ఏ సమస్య లేకుండా,

దైవ సృష్టి ఎంత సమగ్రముగా, లోపరహితముగా, దుష్ప్రభావరహితముగా, పరిపూర్ణముగా ఉంటుంది అనే దానికి ఇది మచ్చుతునక. అద్భుతమైన దైవ సృష్టి విశేషాలను ఇసుమంత మాత్రమే తెలుసుకోగలం

హిందూమత దృక్పథంలో మన ఆధ్యాత్మిక చిత్రకారులు దైవాన్ని మనిషిగా ఊహించి విశ్వములోనున్న అన్ని ఆ ఆకారము లోపలే ఉన్నట్లు చూపించారు. అది కేవలం ఊహా చిత్రముగానే మిగిలిపోయింది కానీ.....

"విశ్వమంతా మనిషిలో లేదు దైవంలో ఉంది"

6

అత్యద్భుతమైనది దైవ సృష్టి

ఈ విశ్వాన్ని, జీవులను సృష్టి చేయడములో దైవం యొక్క రూపకల్పన నిపుణత, పరిపూర్ణత, విశిష్టత, ప్రత్యేకత, స్వీయ నిర్వహణ వ్యవస్థల గురించి కొంత అవగాహన కోసం ఈ భూమిపై సృష్టించబడ్డ కొన్ని అంశాలను కొంచం లోతుగా, వివరముగా పరిశీలిద్దాము ..

మొదటగా చెట్ల రూపకల్పన గురించి చూద్దాము. విత్తనముగా అంకురించి పెరగడానికి అనువుగా భూమిలోనికి చొచ్చుకుపోగలిగే వేళ్ళను సురక్షితముగా నిలబడడానికి కాండమును విస్తరించడానికి ఆకులు, పూలు, కాయలు, పళ్ళు కాయడానికి కొమ్మలు ఏర్పాటు చేసాడు.

వీటన్నిటిలో వివిధ పొరలతోను నీటిని, సూర్యరశ్మిని, బొగ్గుపులుసు వాయువుని పీల్చుకొనే వ్యవస్థలతో కొన్ని సూక్ష్మక్రిములు సహాయముతో ఆహారముగా తయారుచేసుకోగలిగే ఏర్పాటు చేసాడు.

చెట్లు ఆకులను, పువ్వులను ఎంతో అందముగా, ముచ్చటైన ఆకృతులలో, రంగులతో, చక్కటి సుగంధముతో, పుప్పొడితో పూస్తాయి. పువ్వులు అవి పూసే చాల చెట్లకు పునరుత్పత్తికి ఉపయోగపడే భాగాలుగా కూడా ఉంటాయి. పువ్వులు తమ

తొడిమలు, రేకుల ద్వారాను, విత్తనాల ద్వారాను పునరుత్పత్తి జరుపుకొనే ఏర్పాటు చేసాడు.

అలాగే చెట్లు పువ్వుల ద్వారాను కాండలు వేర్లు ద్వారాను ఎన్నో రకాల దుంపలు, కాయలు, పళ్ళను కాస్తాయి. ఒక్కో రకమైనచెట్టు ఒక్కో రకమైన దుంపలు, కాయలు పళ్ళను వివిధ ఋతువుల్లో కాస్తాయి. పళ్ళను రుచికరమైన గుజ్జుతో, తొనలతో, వాటి లోపల సూక్ష్మమైన సంచులలో రసాన్ని నింపి జీవులకవసరమైన ఎన్నో విటమిన్లను, ఖనిజలవణాలు, పీచుపదార్థాన్ని కూర్చి అనువైన తొక్కతో చుట్టి పెట్టి ఇస్తాయి.

ఆశ్చర్యముగొలిపే వేరు వేరు అమరికలు మనము తినే దానిమ్మ, నారింజ, మామిడి, సీతాఫలం, పనస, అనాస, బొప్పాయి, అరటి, కివి, డ్రాగన్ ఇలా ఇంకా ఎన్నో రకాల పళ్లలో చూస్తూనే ఉంటాము. తమ పునరుత్పత్తి కొరకు టెంకలను, విత్తనాలను నిక్షిప్తం చెయ్యడము చెట్లు తప్పనిసరిగా చేస్తాయి. బహుశా అందుకోసమే చెట్లు పళ్ళను కాస్తాయేమో.

అంత గొప్ప అమరికతో వివిధ రకాల పువ్వులు, దుంపలు, కూరగాయలు, ఫలాలు వివిధ రుచులతో ఆయా కాల పరిస్థితులకు అనుగుణముగా కాయడము ఆశ్చర్యము గొలిపే విషయమే కానీ. ఏమాత్రము యాదృశ్చికంగా జరిగేది కాదు.

మరి అంతటి నైపుణ్యము నిర్మాణ చతురత చెట్లకు ఎలా లభించింది అంటే కేవలము దైవ రూపకల్పన విశేషము, దైవ ప్రసాదితా సామర్థ్యమువలన మాత్రమే.

దైవ సృష్టి యొక్క విశిష్టత, పరిపూర్ణత, సమగ్రత, లోపరహిత్యము గురించి ఇంకొంచం వివరముగా తెలియాలంటే సృష్టిలోని ఏదో ఒక జీవి రూపకల్పన, నిర్మాణము, నిర్వహణ, నశింపు

గురించి కొంచము లోతుగా అధ్యయనము చేద్దాము. అందుకు మనకు సంబందించిన మానవ శరీర నిర్మాణాన్ని ఎంచుకుంటే సులభముగా అవగాహన అయ్యే అవకాశముంది కనుక అలాగే మానవ శరీర నిర్మాణాన్ని ఇప్పటివరకు శాస్త్రీకరించిన అంశాల ఆధారంగా పరిశీలిద్దాం.....

మానవ శరీర నిర్మాణములో అత్యంత ప్రాథమికమైన భాగము అయిన కణాన్ని అతి సూక్ష్మమైన ఒక మిల్లీమీటర్లో 30 నుండి 100వ వంతు పరిమాణంతో దైవం సృష్టించాడు.

కణం మధ్యలో ఒక కేంద్రకం (న్యూక్లియస్) దానిలో డిఎన్ఏ మరియు ఆర్ఎన్ఏ లను ఏర్పరిచాడు , చుట్టూ పల్చని పొర (డయాఫ్రమ్) ఈ రెండిటి మధ్యలో జీవ పదార్ధము (సైటోప్లాస్మ) తో నింపాడు.

ప్రతి కణ కేంద్రకంలో ఒక సూక్ష్మ విద్యుత్ ఉత్పత్తి కేంద్రాన్ని కూడా ఏర్పాటు చేసాడు.

కణాలను అవయవాల నిర్మాణానికి అవసరమైన భిన్న ఆకృతులలో సృష్టించాడు.

సుమారు 2,60,000 కోట్ల కణాలతో మనిషిని పుట్టించి పెద్దయ్యాక ఒక పురుషునిలో 226 రకాల సుమారు 37,00,000 కోట్ల, ఒక స్త్రీలో 28,00,00 కోట్ల కణాలతో కూర్చి మనిషి శరీరము తయారు చేసాడు.

నిరంతర జీవక్రియగా ఒక్కో శరీరములో ప్రతి నిమిషానికి సుమారు 9.6 కోట్ల కణాలు చనిపోయి వాటి స్థానములో అన్నే కొత్త కణాలు పుట్టేలా ఏర్పాటు చేసాడు.

ఇన్ని కణాలు చనిపోవడం, తిరిగి పుట్టడం మన శరీరములోనే జరుగుతున్నా మనకు తెలియకుండానే ఆ ప్రక్రియ జరిగిపోతూ ఉంటుంది అదీ దైవం ఏర్పాటు ప్రకారం.

ఈ కణాలు, వాటితో ఏర్పడిన కణజాలాలు, వాటితో ఏర్పడ్డ అవయవాలు, వివిధ వ్యవస్థలు ముఖ్య భాగాలుగా మానవ శరీరాన్ని దైవం సృష్టి చేసాడు.

గుండె, మెదడు, ఊపిరితిత్తులు, మూత్రపిండాలు, కాలేయము లతో కలిపి జీవ క్రియ నిర్వహించడానికి అనుగుణముగా 78 అవయవాలను ఏర్పాటు చేసాడు.

అస్థిపంజర వ్యవస్థ, కండరాల వ్యవస్థ, హృదయనాళ వ్యవస్థ, శ్వాస కోశ వ్యవస్థ, నాడీ వ్యవస్థ, జీర్ణ కోశ వ్యవస్థ, మూత్రాశయ వ్యవస్థ, శోషరస వ్యవస్థ వగైరా ఎన్నో వ్యవస్థలను ఏర్పాటు చేసాడు.

చర్మాన్ని కణజాలాల కూర్పుతో పెద్ద అవయవముగా సృష్టించి రక్తనాళాలు నరాలు ఇంకా ఎన్నింటినో అందులో నిక్షిప్త పరిచాడు. చర్మమును రూపం ఇచ్చే రక్షణ కవచము గానే కాకుండా, స్పర్శ, వేడి, చల్లదనం, హాయి, నొప్పి తెలియజేసే జ్ఞానేంద్రియముగ ఏర్పాటు చేసాడు.

శరీర కణాలకు అవయవాలకు అవసరమైన ప్రాణ వాయువు, పోషకాలను ప్రసరణ ద్వారా సరఫరా చేయుటకు వీలుగా వ్యర్థాలను బయటకు పంపించడానికి అనువుగా రక్తాన్ని ద్రవముగా ఏర్పాటు చేసాడు. ఒక మానవ శరీరములో సుమారు 5 లీటర్ల రక్తముతో నింపాడు. రక్తమును సుమారు 30 లక్షల కోట్ల ఎర్ర రక్త కణాలు, తెల్ల రక్త కణాలు, ప్లేట్లెట్లు మరియు

ప్లాస్మా తో కూడి ప్రసరణకు అనువైన అద్భుతమైన ద్రవముగ సృష్టించాడు.

రక్తము గుండె సంకోచ వ్యాకోచముల ద్వారాను రక్తనాళములలోని మృదువైన కండరము అనియంత్రిత కదలికల వల్లను కలిగే ఒత్తిడి నుపయోగించుకొని ప్రసరణము జరిపి ఊపిరితిత్తుల నుండి ప్రాణవాయువు తీసికొని పేగుల నుండి ఆహారంలోని న్యూట్రియెంట్స్, హార్మోన్స్ వగైరాలను తీసుకొని అన్ని అవయవాలకు, ప్రతి కణానికి ప్రాణవాయువు, పోషకాల సరఫరా, రక్షణ మరియు ఔషధ సహాయము ప్రతి అర నిమిషానికి ఒకసారి సరఫరా చేసి అందించే ఏర్పాటు చేసాడు.

శరీరములో తయారయ్యే వ్యర్థాలైన బొగ్గుపులుసు వాయువును ఇతర వ్యర్థాలను కణాలు అవయవాల నుండి రక్త కణాలే/రక్త నాళాలే సేకరించి ఊపిరితిత్తులకు, మూత్రపిండాలకు, జీర్ణకోశ వ్యవస్థకు చేర్చి శరీరమునుండి బయటకు పంపించే ఏర్పాటు చేసాడు. ప్రతి జీవి పుట్టినప్పటినుండి చనిపోయేవరకు నిరంతరాయముగా రక్తప్రసరణ చేసేటట్లు గుండెను కండరాలతో చేసి ఒక జీవి జీవితకాలం పని చేయగల అద్భుతమైన సరఫరా వ్యవస్థ గా ఏర్పాటు చేసాడు.

శరీరములోని రక్త నాళాలు కేశనాళికలు (కెపిల్లరీస్) వరకు కలిసి సుమారు ఒక లక్ష కిలోమీటర్లు పొడవు వ్యవస్థను పెట్టి . ధమనులుగా మంచి రక్తాన్ని గుండె నుండి బయటకు, సిరలుగా చెడు రక్తాన్ని గుండెకి చేర్చేటట్టు ఏర్పాటు చేసాడు.

దైవం ఎంత సునిశితమైన ఏర్పాటు చేసాడంటే సూక్ష్మమైన రక్త కేశ నాళికలు ప్రతి కణానికి ఆనుకొని ప్రాణవాయువు, పోషకాలు, మాంసకృత్తులు వగైరాలు నిండిన మంచి

రక్తములోని చిన్న పాటి ఒత్తిడి తేడా (అస్మోటిక్ ప్రెషర్) ఉపయోగించుకుని పల్చని పొరల ద్వారా కణాలకు సహజసిద్ధమైన గురుత్వాకర్షణ శక్తితో అందించే ఏర్పాటు చేసాడు.

ఆ ప్రక్రియ పూర్తి చేస్తున్నప్పుడే రక్త కణాలు వ్యర్థాలను గ్రహించి శుద్ధి కొరకు ఊపిరితిత్తులకు, మూత్రపిండాలకు, చర్మానికి తదితర అవయవాలకు చేర్చి తిరిగి మంచి రక్తము గుండెకు చేర్చేటట్లు. ఇది నిరంతర ప్రక్రియగా పూర్తి జీవిత కాలము కొనసాగేటట్లు ఏర్పాటు చేసాడు.

ప్రసాదించిన పూర్తి జీవిత కాలము పనిచేయగలిగేటట్లు వ్యవస్థలన్నిటిపై తిరుగులేని పూచీకత్తుతో దైవం జీవులను పుట్టిస్తాడు.

శరీరములోని ద్రవముల సమతుల్యత మరియు అంటురోగాలనుండి రక్షించుటకు శోషరస వ్యవస్థ (లింఫాటిక్ సిస్టం) ను కూడా శరీరమంతా ఏర్పాటు చేసాడు. శరీరములో ఊరే శోషరసంలోని లింఫోసైట్ కణాలు శరీరంపై దాడి చేసే వ్యాధికారక కణాలను ప్రతిఘటించి నాశనము చేసేటట్లు ఏర్పాటు చేసాడు.

శరీరము యొక్క సమతుల్యత, జీవక్రియ, ఎదుగుదలకు, పునరుత్పత్తి కొరకు హార్మోన్లను వినాలిక (ఎండోక్రైన్) గ్రంధులు కాలేయం, అవటు, క్లోమం, థైమస్, అడ్రినల్, పిట్యూటరీ వగైరా గ్రంధుల ద్వారా విడుదల అయ్యేటట్లు ఏర్పాటు చేసాడు.

మానవ శరీరములో జీవ క్రియలలో తోడ్పడటానికి సుమారు 60 శాతము నీటినే భాగము చేసాడు.

శరీరము రూపము సంతరించుకొని నిలబడటానికి అనువుగా పుర్రె, వెన్నెముక, ఛాతి, కటి, చేతులు, కాళ్లు వగైరా 206 ముఖ్య ఎముకలను ఏర్పాటు చేసాడు.

కళ్ళుకి సంబందించిన టిష్యూలు, గాజు ద్రవముతో తయారు చేసి కాంతిని గ్రహించి కంటి నాడి ద్వారా మెదడుకు పంపి అన్నీ చూడడానికి ఏర్పాటు చేసాడు.

అదేవిధముగా ఒక ప్రత్యేకమైన నిర్మాణము ద్వారా చెవి శబ్దములను గ్రహించి మెదడుకు పంపించి వినికిడి, నడకకు, నిలకడకు శరీరమునకు సమతుల్యత, ఆధారము కలిగించాడు.

అలాగే సుమారు 60 కిలోమీటర్ల పొడవు గల ప్రధాన నరాల నాడీ వ్యవస్థను ఏర్పాటు చేసి ఆ తర్వాత రక్త కేశనాళికలతో అనుసంధానించి. ఆ వ్యవస్థ ద్వారా మెదడు వివిధ అవయవాల, టిష్యూలు, కణాల నుండి సమాచారం సేకరించి ఆకలి, దప్పిక, నొప్పి, సూక్ష్మ క్రిముల దాడి మెదడు అనుక్షణము తెలుసుకొని తగిన చర్య నిమిత్తము అవయవాలను క్రియాశీలము చేసేట్టు ఏర్పాటు చేసాడు. జీవుల మెదడుతో అనుసంధానమై ప్రతి కణము వరకు ఐక్యమై అన్ని ప్రక్రియలను దైవమే నిరంతరము జరిపిస్తున్నాడు. లేకపోతే నిద్రకు మరణానికి తేడా ఉండేది కాదేమో.

ఆహారం తిని అరగించుకోవడానికి నోరు అందులోని పళ్ళు నాలుక, అన్నవాహిక, కడుపు, 7 మీటర్ల పొడవు చిన్న పేగు, 1.5 మీటర్ల పెద్ద పేగు ఏర్పాటు చేసాడు. వాటికి అనుసంధానంగా లాలాజల గ్రంధులు, కాలేయము, క్లోమం, పిత్తాశయం ఆహార పదార్థాలలో కొవ్వులను, పిండిపదార్థాలను అరగించడానికి, రక్తములో కలపడానికి అనువుగా ఏర్పాటు చేసాడు.

జీవులు సమయానుసారంగా దైవదత్తమైన మంచి ఆహారము సమకూర్చుకొని భుజిస్తే చాలు శరీర పోషణకు అవసరమైన అన్ని ప్రక్రియలు జరిగేటట్లు తన ఆధీనములో సమగ్ర స్వీయ నిర్వహణ వ్యవస్థగా మానవ శరీరాన్ని ఏర్పాటు చేసాడు.

శరీరము నుండి వ్యర్ధాల విసర్జన వ్యవస్థగా మూత్రపిండాలు, చర్మము, ఊపిరితిత్తులు, పెద్ద ప్రేగులను ఏర్పాటు చేసాడు. మూత్ర పిండాలు రక్తము నుండి వడపోత ద్వారా వ్యర్ధాలను తొలగించడానికి ముఖ్య పాత్ర పోషిస్తాయి. ఊపిరితిత్తులు బొగ్గుపులుసు వాయువును నీటి ఆవిరిని వెలువరిస్తాయి. చర్మము స్వేదము ద్వారా ఆమ్ల లవణ వ్యర్ధాలను బయటకు పంపిస్తుంది. పెద్ద ప్రేగులు జీర్ణము కాగా మిగిలిన ఆహార పదార్ధాలని విసర్జిస్తుంది.

వ్యర్ధాలను బయటికి తరలించడములో నీరు ప్రధానము అందుకు రోజుకు ప్రతి ఒక్కరు 3 నుండి 4 లీటర్లు నీరు తప్పనిసరిగా తాగాలి.

"దైవం విసర్జన వ్యవస్థలను కూడా ఎంతో సున్నితముగా ఏర్పాటు చేసాడు"

మనిషి పుట్టినప్పుడే మెదడు శరీరంలోని అన్ని అవయవాలు కణాలతో ఒక అనువంశిక లక్షణ సంపుటి (మాపింగ్) తయారు చేసుకొని దాని ఆధారముగా జీవక్రియలు, వ్యవస్థల రక్షణ నిరంతరంగా జరిగేటట్లు దైవ అధీనములో శరీర పరిపాలన నిర్వహిస్తుంది.

శరీరము, అవయవాలపై సూక్ష్మ క్రిముల దాడి వల్ల జీవక్రియల్లో అపశృతులవల్ల వ్యాధిగ్రస్తమయ్యే అవకాశాలు ఉంటాయి. వాటి

నించి రక్షించడానికి థైమస్ ఆధారిత తెల్లకణాలైన టీ-కణాలను ఆ యా అంటువ్యాధుల కారక క్రిములను ఎదుర్కొని చంపడానికి ఏర్పాటు చేసాడు. ఆ విధముగా మెదడు సమన్వయముతో వీటి పై నిరంతరంగా శరీర రోగ నిరోధక వ్యవస్థ దాడి చేసి స్వస్థత పరిచే ఏర్పాటు చేసాడు.

ఇన్ని కోటానుకోట్ల ప్రక్రియలను నిరంతరంగా నడిపించడానికి మెదడు అనే ఒక కేంద్రాన్ని దైవం జీవి దేహములోనే ఏర్పాటు చేసాడు. మెదడు అత్యంత సంక్లిష్టమైన భాగము దాన్ని తలలో ఉంచి వెన్నెముకతో కలిపి శరీరంలోని అన్ని అవయవాలతో, వ్యవస్థలతో అనుసంధాన పరిచాడు.

మెదడును సుమారు 10000 కోట్ల కణాలతో 60 శాతం కొవ్వు, 40 శాతం నీరు, లవణాలు, పీచు-పిండిపదార్థాతో కలిపి చేసాడు. దానిలోనే రక్తనాళాలు, నరాలను నిక్షిప్తం చేసి స్వయంచాలకమైన ఉచ్వాస-నిశ్వాసలు, హృదయ స్పందనలు, జ్ఞాపకశక్తి, నిద్ర, భావోద్వేగాలు, కదలికలు ఇలా ఎన్నో కోట్ల ప్రక్రియలను వివిధ అవయవాల సమన్వయముతో చేసేటట్లు ఏర్పాటు చేసాడు.

"దైవం అధీనములో మెదడు పనితీరు, నిర్ణయము చేసి అమలు పరచు వేగము, నియంత్రణ అత్యద్భుతమే"

దైవ కార్యముగా దేహములోని అన్ని ప్రక్రియలను రక్త కణాలు, సూక్ష్మక్రిములు క్రమశిక్షణతో నిర్వహిస్తాయి. దైవ రూపకల్పనకు అనుసరించి అన్ని అవయవములు, కణములు వాటి వాటి నిర్దేశిత పనులు శ్రద్ధగా నిరాటంకముగా పరస్పర సహకారముతో నిర్వహిస్తుంటాయి.

ఎన్నో వైద్య పరీక్షలు చేస్తే గాని మనకు తెలియనిది దైవం సృష్టించిన మెదడు ఇతర వ్యవస్థలు వెంటనే తెలుసుకొని శరీర వ్యవస్థలకు తగు సూచనలిచ్చి నయం చేయగల సామర్థ్యాన్ని ఇచ్చాడు.

ఏ అవయవము ఎంత మేర వ్యాధికి గురైనది దానిని బాగు చెయ్యడానికి ఏ మాంసకృత్తు (మందు) ఏ అవయవము ఎంత తయారు చేసి పంపాలి ఏ రక్త కణాలు దాన్ని వ్యాధిగ్రస్తమైన కణాలకు గాని అవయవమునకు గాని ఎలా తరలించాలి అని లక్షల కోట్ల కణాలలో ఎలా తెలుస్తుంది అనేది అద్భుతమే కదా.

మానవ దేహాన్ని స్వయం నిర్వహణ సామర్థ్యము కలిగిన ఒక కర్మాగారంగా, ఒక శుద్ధి కేంద్రంగా, ఒక వైద్యాలయముగా, ఒక విద్యుత్ కేంద్రముగా, ఒక సమాచార పేటికగా, ఒక కంప్యూటరుగా, ఒక కెమెరాగా, ఒక శ్రవణ యంత్రముగా ఇలా ఎన్నెన్నో కార్యక్రమాలను ఒకే సమయములో సమీకరించుకొని నిర్వహించగలిగే అత్యద్భుతమైన సంస్థగా దైవం సృష్టించాడు.

ఇతర జీవులన్నిటిని కూడా అలాగే సృష్టించాడు. ఆయా వ్యవస్థలు చాల వరకు కలిగి ఉంటాయి.

కానీ అలాంటి సహజసిద్ధమైన పదార్థాలతో జీవులను తయ్యారు చేయగలగడం దైవానికి మాత్రము తప్ప అన్యులకు సాధ్యము కానే కాదు.

కాలుష్యకారకాలే అయినప్పటికీ, మానవ మేధస్సుతో లోహాలను, చిప్ లను, కృత్రిమ మేధను వాడి మానవులలా కనిపించే యంత్రాలను హ్యూమనోయిడ్ రోబోలుగా మాత్రమే చేయగలిగాము.

దైవం జీవులన్నిటిని స్వయం నిర్వహణ, నిలకడ కలిగిన దేహాలుగా చేసి ప్రతి కణముతో అనుసంధానించుకుని వాటన్నిటి నిర్వహణ దైవమే చూసుకుంటాడు కనుక ఎంతో సంక్లిష్టమైన అన్ని ప్రక్రియలు నిరంతరంగా జరుగుతూ వున్నాయి.

కొన్ని వందల వేల మంది పాల్గొనే ఒక చిన్న వేడుక (ఈవెంట్) నిర్వహించడానికి పెద్ద పెద్ద నిర్వాహక సంస్థలే బోలెడంత ప్రణాళికలు రచిస్తాయి చాల సతమతమవుతాయి. అలాటిది అనుక్షణం కొన్ని కోట్ల ప్రక్రియలతో కూడివున్న బృహత్తర కార్యక్రమము ఎన్నో వ్యవస్థలు కొన్ని లక్షల కోట్ల కణాలు నిమగ్నమై ఉన్న జీవక్రియలలోని ఏ పని ఏ కణము చెయ్యాలో వాటికి స్పష్టంగా తెలుస్తుందంటే నిరంతరం కొన్ని కోట్ల ప్రక్రియలు క్రమం తప్పకుండ అంత శ్రద్ధగా అంతర్గత సహకారముతో జరుగుతున్నాయంటే ఆ నిర్వహణ ఆ దైవ సృష్టి గొప్పతనం మాత్రమే.

దైవం ప్రతి జీవికి జీవనకాలం నిర్ణయించే పుట్టిస్తాడు. అన్ని వ్యవస్థలు దాన్ని విజయవంతంగా పూర్తి చెయ్యడానికి దైవ సృష్టిలో వున్న అన్ని ఏర్పాట్లు దోహదపడతాయి.

"దైవం సృష్టించిన జీవ వ్యవస్థలన్నీ పుట్టుక నుండి మరణించే వరకు నిరంతరం పని చేస్తూనే ఉంటాయి"

కొంత నెమ్మదించడమూ, విశ్రమించడమూ మినహా ప్రతి జీవిలోని ప్రతి అవయవము, వ్యవస్థ పుట్టినప్పడినుండి మరణించే వరకు నిరంతరముగ పని చేస్తూనే ఉంటాయి.

మనుషులు, పశువులు, పక్షుల సంఖ్య కంటే ఎన్నో రెట్లు అధికముగా సూక్ష్మ, అతి సూక్ష్మ క్రిములములను సృష్టించాడు. ఏక కణముతో ఒక మిల్లిమీటర్లో 300 నుండి 500 వ వంతు పరిమాణముతో సూక్ష్మ క్రిములు, వాటి పరిమాణములో పదోవంతు తక్కువ పరిమాణములో అతి సూక్ష్మ క్రిములను సృష్టించాడు. ఎంతో సూక్ష్మమైన కంటికి కనపడని ఈ ఏక కణ సూక్ష్మ క్రిములను సృష్టించడములో కూడా దేవుడు అంతే శ్రద్ధ తీసుకున్నాడు.

అన్ని అతి సూక్ష్మ క్రిములు, కొన్ని సూక్ష్మ క్రిములు పరాన్నజీవులు అవి అన్నిటిలో చేరి వాటి పాత్ర నిర్వహిస్తూ ఉంటాయి. అవి ప్రతి జీవిలోని జీవక్రియలు మరెన్నో చర్యలు జరపడంలో సహాయపడటానికి మరియు రోగకారకాలై జీవుల మరణానికి, మరణానంతర ప్రక్రియలకు కూడా దోహదపడడానికి సృష్టించాడు. మరి సృష్టి, స్థితి, లయలకు దైవానికి అవి కూడా అవసరమే కదా ఎందుకంటె ఎంత ప్రేమగా సృష్టి చేసుకున్నా దేవుడు జీవరాశికి పుట్టినప్పుడే గిట్టే ఏర్పాటు కూడా చేస్తాడు కనుక.

జాగ్రత్తగా గమనిస్తే మరొక విషయము కూడా తెలుస్తుంది నీ దేహము పూర్తిగా నీకే సొంతము కాదు దైవము కొన్ని లక్షల కోట్ల సూక్ష్మ క్రిములను కూడా నీతో పాటె సృష్టించి దానిలోనే ఉంచాడు జీవి బ్రతకడానికి అవసరమైన జీవక్రియలు వగైరా ముఖ్యమైన క్రియలెన్నో జరిపించడానికి.

ఆ క్రిములు మన దేహములోనే వున్నా మన మెదడు ఆధీనములో వుండవు. అవి నేరుగా దైవము ఆధీనంలోనే వాటికి అప్పగించిన పని అవి నిర్వహిస్తూ ఉంటాయి. దైవ నిర్దేశము ప్రకారము నీ జననం నుండి మరణం వరకు అవి నీ లోపలే

వుండి నీ నుంచే ఆహారాన్ని తీసుకొని నీ కోసమే పనిచేస్తాయి నీ మరణానంతరము ప్రకృతిలో కలిపే వరకు. కానీ శరీరాన్ని నీ రక్షణలోనే ఉంచాడు దాన్ని శుభ్రముగా ఉంచాలి, మంచి గాలి, నీరు, ఆహారాన్ని తీసుకొని పోషించాలి. దైవ సృష్టి ఎంత సమగ్రముగా పరిపూర్ణముగా సమతుల్యముగా ఉంటుందో ఈ విషయము ద్వారా మరింతగా అర్ధము అవుతుందని ఆశిద్దాము.

అలాగే జీవులు మరణానంతరం ఏమవుతాయి అని ఒక ఉత్సుకత అందరికి కలుగుతుంది; భౌతిక కాయము ఖననం లేక దహనం చేయబడుతుందని మనకు తెలుసు కానీ నాశనములేని ఆత్మ దేహమునుండి విడిపడిపోతుంది అని పునర్జన్మ పొందుతుంది అని కొన్ని మాతాల నమ్మకముగా అలాంటిది ఏమి ఉండదని కొన్ని మతాల నమ్మకముగా వుంటున్నది. ఈ అంశము పై మేధావులు స్వాములు రకరకాల అభిప్రాయాలు వెలిబుచ్చారు. కానీ దైవ సృష్టి ధర్మాన్ని అనుసరించి విశ్లేషిస్తే ఇలా కూడా అనుకోవచ్చునేమో .....

"ఏ జీవికైనా తన సంతానమే తన పునర్జన్మ"

..... ఎందుకంటే దైవము ఆ యా జీవుల పునరుత్పత్తి ధర్మములో ఆ జీవి యొక్క కణములలోని "డ్ యెన్ ఎ" దాని సంతానములోని కణములలో ఉండేటట్లు కొనసాగించబడేటట్లు ఏర్పాటు చేసాడు కనుక.

దైవ సృష్టిలోని కోటానుకోట్ల జీవులలో ఒకటైన మనిషి యొక్క శరీర నిర్మాణము గురించి శాస్త్రవేత్తలు ఎంతో కాలంగా పరిశోధనలు చేసి అందుబాటులో ఉంచిన సమాచారము నుండి కొంత అవగాహన చేసుకున్నాము. శాస్త్రవేత్తలు, వైద్యులు ఈ శరీరము వేటితో చేయబడింది, ఏ అవయవాలు వ్యవస్థలు

వున్నాయి, ఏ ప్రక్రియలు జరుగుతున్నాయి, నిర్వహణ ఎలా అవుతున్నది అని కొంతమేర తెలుసుకున్నారు.

అలాగే సృష్టిలోని మిగిలిన వాటిపై కూడా ఇలాంటి పరిశోధనలు జరుపుతున్నారు విషయాలు తెలుసుకుంటున్నారు. ఇంతటి ప్రయత్నము కొన్ని వేల ఏళ్ళుగా చేస్తున్నా దైవము యొక్క సృష్టి మర్మాలు అన్ని తెలుసుకోలేదు తెలుసుకున్నవి పరిపూర్ణమని చెప్పలేము.

పైన పేర్కొన్న కొన్ని విషయాలు దైవ సృష్టి యొక్క విశిష్టత, పరిపూర్ణత, లోప రహితము, ప్రకృతి సిద్ధమైన తయారీ గొప్పతనము గురించి కొంత అవగాహన పెంచు కోవడానికి మాత్రమే.

7

దైవ పరీక్ష

సంకల్ప మాత్రాన విశ్వాన్ని సృష్టించిన దైవానికి చెడ్డ పనులు చేసేవాళ్ళని ఒక్క క్షణములో గిట్టించడం పెద్ద విషయమేమి కాదు కానీ దైవం తానే ప్రసాదించిన జీవితము పరిపూర్ణంగా బ్రతకనిస్తాడు కానీ కొన్ని పరీక్షలు పెడతాడు.

వృక్షజాలం అదృష్టము వాటికి భూమి, సూర్యరశ్మి, నీరు ప్రకృతి పర్యావరణం నుండి ఆహారము సముపార్జించుకొనే శక్తిని ఇస్తూ. ఈ క్రియలో బొగ్గుపులుసు వాయువుని గ్రహించి, ప్రాణ వాయువును గాలి లోకి విడిచే అవకాశాన్ని ఇచ్చాడు. చెట్లలాగే మేఘాలు, సముద్రాలు, నదీనదములు, పర్వతాలు దేవుని ఏర్పాటు మేరకే వుంటూ, వర్షిస్తూ, ప్రవహిస్తూ నీటిని అన్ని ప్రాణులకూ ఇచ్చే మంచి అవకాశము ఇచ్చాడు. అలాగే జంతుజాలం దైవదత్తమైన వాటినే పాటిస్తాయి. ఇవన్నీ విశ్వానికి, ప్రకృతికి, పర్యావరణానికి జీవకోటికి ఉపయోగ పడుతూ ఉంటాయి.

మనిషి విషయములో ఆలా కాదు మనిషిని పుట్టించినప్పుడే ఒక పజిల్ లాంటి చిక్కుముడిలో ప్రవేశ పెట్టేసి దాన్ని అరిషడ్వార్గాలతో నింపేసి వాటిని నియంత్రిస్తూ చిక్కుముడిని పరిష్కరించుకుంటూ జీవనము సాగించి సత్కర్మలను ఆచరించి మోక్షానికి చేరుకోమన్నాడు. ఒక వెసులుబాటుగా దైవం

మనిషికి కొంచం ఎక్కువ తెలివితేటలు, ఆలోచనలో కొంత ఎక్కువ స్వేచ్ఛ ఇచ్చాడు.

కానీ అరిషడ్వార్గాల ప్రమేయం వల్ల నియంత్రణ కోల్పోయి తప్పు ఆలోచనలు, చెడ్డ కర్మలు, పాపాలు చేసే బలహీనతకు మనుషులను గురిచేశాడు. ఆ ప్రభావంతో మనిషి అనవసరమైన తాపత్రయాలతో ఒత్తిడిని పెంచుకొని ఆనందముగా గడపవలసి జీవితాన్ని స్వయంకృతముగా దుఃఖమయము చేసుకుంటున్నాడు.

ప్రేమ స్వరూపమైన దైవం తన సృష్టే అయిన మనిషిని కూడా ఎంతగానో ప్రేమిస్తూనే ఉంటాడు కదా, మరి మనిషికి మాత్రమే ఇలా ఎందుకు పరీక్ష పెట్టి ఉంటాడు. ఏదో ప్రభల కారణం ఉంటుంది.

బహుశా మనిషి జన్మకు పరిపూర్ణత సిద్ధించాలంటే జీవన మోహ బంధాల నుండి విడపడాలంటే, మోక్షము సిద్ధించాలంటే చాలా పరీక్షలు జరగాలి కదా అని దేవుడు అలా పెట్టి ఉండవచ్చు అని కూడా భావించవచ్చు. లేక ఆలోచనలో స్వేచ్ఛ ఇచ్చాను కదా అని మనిషి తనని తాను సంస్కరించుకొని, జ్ఞానాన్ని పొంది, మోక్షాన్ని పొందాలని దేవుడు అనుకోని ఉండవచ్చు.

కానీ అది ఎంతో కష్ట సాధ్యమైనది. మనసు చాలా చంచలమైనది ఎన్నో ప్రలోభాలకు గురయ్యి బలహీనతలకు సులభంగా లోబడి ఆలోచన, దృష్టి, భావము, ఆచరణ, ఉద్వేగము వగైరాలతో ప్రతి క్షణము పాపాలు చేసే పరిస్థితిలోకి నెట్ట బడుతూనే ఉంటుంది.

అయినా మనిషి దైవ నిర్దేశానుసారం మానసిక నియంత్రణ కోసం సాధన చేస్తూనే ఉండాల, ఎందుకంటే దాన్ని నడిపించేది కూడా దైవమే కాబట్టి.

జ్ఞానం తెలివితేటలు రెండు వేరుగా పరిగణించ గలిగితే చాలా విషయాలు అర్ధం చేసుకోవడం సులభం అవుతుంది.

తెలివితేటలు మన చుట్టూ జరుగుతున్న విషయాల గురించి తార్కికంగా ఆలోచించడానికి, పరిశోధనలకు పనికివచ్చేవి. తెలివితేటలు కూడా దైవ ప్రేరేపితమే కానీ అవి మనిషికి భౌతికమైన ఆకాంక్షలు, సౌలభ్యాలు, సౌకర్యాలు, లాభార్జన, వాణిజ్య, వ్యాపార విషయాలను ప్రేరేపించేవిగా ఉంటాయి.

జ్ఞానము దైవ సంబంధిత విషయాలు మనుషులకు గ్రహింపు కలిగించేది. ఆ జ్ఞానం దైవం అనుగ్రహిస్తేనే కలుగుతుంది. అలాటి జ్ఞానం వల్ల అహం నశించి పోతుంది, కోర్కెలనుండి విముక్తిలభిస్తుంది, అరిషడ్వార్గాల ప్రభావానికి దూరమవ్వవచ్చు, దైవదత్తమైన కర్తవ్యాలు కూడా అవగతమవ్వవచ్చు.

"జ్ఞానం పొందాలంటే దైవాన్నే భక్తి మార్గము సత్కర్మాచరణ ద్వారా ఆశ్రయించాలి"

జ్ఞానం పరంగా మనుషుల్ని పామరుడు, పండితుడు, జ్ఞానీ, ముని అని వేరు వేరు వర్గాలుగా విడదీయ వీలు ఉంటుంది కానీ ,వాళ్ళందరి మధ్య తేడా దైవం ఒక్కటేనని విశ్వమంతా దైవంలోనే ఉందని అర్ధము చేసుకొనే స్థాయిలలో హెచ్చు తగ్గులు తప్ప ఇంకేమి కాదు.

దైవమే జీవుల ప్రవర్తన, కర్తవ్యము నిర్దేశిస్తాడు కదా మరి జీవి చేసేదేముంది అనే సందేహం తలెత్తుతుంది కదా ! అసలు పాపపు కర్మలు కూడా అందులో భాగమే కదా మరి పాపపుణ్యాలతో జీవులకు సంబంధమేముంది అనే ప్రశ్న కూడా ఉద్భవిస్తుంది. అది నిజమే.

చెయ్యబోయేటప్పుడు పాపపు కర్మ మనిషికి తెలుస్తూనే ఉంటుంది కానీ చెయ్యక తప్పని పరిస్థితి, అప్పుడు దైవం ఇచ్చిన వెసులుబాటులతో దైవార్పణముగా ఆ కర్మను పూర్తి చెయ్యాలి.

మిగిలిన జీవులన్నిటికి ఆలోచన కేవలం ఆహార సేకరణ సురక్షితమైన గూడు పునరుత్పత్తి మేరకే ఇచ్చాడు పాప పుణ్యాలు చెయ్యవలసిన పరిస్థితులు పెట్టలేదు. అవి కేవలం దైవ నిర్దేశిత కర్తవ్యాలను మాత్రమే నిర్వహిస్తాయి.

"దైవం ఉనికి కొన్ని దృష్టాంతాల ద్వారా మనిషికి తెలుస్తూనే ఉంటుంది దానిని గుర్తించగలగాలి"

ఆ అనుభవాలు ప్రతి మనిషి జీవితంలో కొన్ని సందర్భాల్లో ఎదురవుతూనే ఉంటాయి. ధర్మాచరణకు మంచి ప్రతిఫలముగానో, కొన్ని ఆపదలు, సంకటాల నుండి ఊరట లభించడము ఇలాంటివి ఇంకా ఎన్నో సంఘటనల ద్వారా దైవం ఉనికిని అనుభూతి చెందాలి.

సాధారణంగా మనుషులు అహంభావులు, లౌక్యులు, అమాయకులుగా ఉంటారు. మేధావులు వారికున్న మేధస్సు వలన కొంతవరకు అహంభావులుగా ఇతరుల కన్నా అధికులుగా భావిస్తూవుంటారు. లౌక్యులు ప్రవృతి పరంగా అందరిని సంతృప్తులుగా ఉంచుతారు వీళ్ళు మంచి చెడ్డ కలగలుపుగా వుంటారు. ఇక అమాయకులు ఉన్నది ఉన్నట్లుగా చెప్పడము మర్మము లేకుండా ప్రవర్తించడం చేస్తుంటారు ఇందులో ఎక్కువ మంది మంచి వారనే ముద్ర తోనే పరిగణినించబడతారు .

ఈ మానవ నైజానికి ఒక ఉదాహరణగా ఒక చిన్న విషయాన్ని చూద్దాం.....

దైవం ప్రతి అవయవానికి ఒక ప్రత్యేకమైన ప్రాముఖ్యత ఉద్దేశ్యము ఇచ్చి సృష్టిస్తాడు. కానీ మనలో చాల మంది చేతులను, కాళ్ళను, కుడి, ఎడమలను ఒకేలా చూడలేరు. అవి అన్ని ఒకటే అయినప్పటికీ సమానమైనవి అయినా బేధ భావముతో చూసే బలహీనతతో చాల మంది ఉంటారు. కాళ్లకు మొక్కితే వారి అహం ఎక్కువగా సంతృప్తి చెందుతుంది అలాగే కుడి చేత్తో ఇస్తే ఒక భావం అదే ఎడమ చేత్తో ఇస్తే వేరేగా భావించడం జరుగుతుంది.

శివుని పూజ పద్ధతులలో ఒకటైన రుద్రాభిషేకంలో ప్రతి అంగానికి పూజా చేసే పద్ధతి పెట్టి అన్ని అవయవాలు సమానమైనవని తెలియజెప్పారు. పూజతో చెయ్యడంతో బాటు అంతర్లీనమైన భావాన్ని కూడా గుర్తిస్తే ఆలోచన మెరుగు పడి ఇలాంటి భేద భావాలు తొలగిపోతాయి.

దైవం పరిపూర్ణమైన ప్రేమ స్వరూపము కనుక మనుషులను, పశుపక్ష్యాదులను, పురుగులు, క్రిమికీటకాలు అన్నిటిని సమానమైన ప్రేమతో చూస్తాడు. కానీ అదే ఒక మనిషి సహజమైన ప్రేమని పరిగణనలోకి తీసుకొంటే తనని తాను అత్యధికముగా ప్రేమించుకోగలడు, తర్వాత స్థాయిలో దగ్గర వాళ్ళని అంటే తల్లితండ్రులను భార్య పిల్లలను ప్రేమించగలడు, దూరపు వ్యక్తులను ఇంకొంచం తక్కువగా, పశుపక్ష్యాదులను మరికొంచం తక్కువగా ప్రేమిస్తాడు, క్రిమికీటకాలను మరింత తక్కువగా చూస్తాడు లేక కొన్నిటిని ద్వేషిస్తాడు కూడా.

దైవంలా అన్నిటిని ఒకే స్థాయిలో చూడలేకపోయినా కనీసం నీ సొంత వాళ్ళనైనా ఏ స్థాయి ప్రేమతో చూడగలుగుతున్నావో అని

తెలుసుకోవడానికి ఒక చిన్న పరీక్ష పెట్టుకుంటే నీ స్థాయి నీకే తెలుస్తుంది.....

ఏమి చేసినా నీ భార్య పిల్లలపైనా నువ్వు చిరాకుపడకుండా, కోప్పడకుండా ఉండగలిగావా లేదా అని పరీక్షించుకో. కోప్పడకపోతే నువ్వు గొప్పవాడివే. లేకపోతే కోప్పడకుండా ఉండడానికి ప్రయత్నించు. నీలో మార్పు వచ్చినా సరే నువ్వు గొప్పవాడివే.

కానీ ప్రయత్నించి చూస్తే తెలుస్తుంది ఈ సాధనలో చిన్న పాటి మార్పు సాధించడము కూడా ఎంత కష్టసాధ్యమోనని. అయినా ప్రయత్నము కొనసాగిస్తే ఎంతో కొంత పురోగతి సాదిస్తాము మంచి మార్పు పొందగలుగుతాము ప్రేమమూర్తులము కాగలుగుతాము.

ఎవరి పట్లనయినా పరిపూర్ణమైన ప్రేమ భావము కలిగి ఉన్నామంటే వాళ్ళు ఏమి చేసిన ఓర్పుగా ఉండగలుగుతాము చిరాకు కోపమే రాదు. కానీ ఈ సాధనలో ఎదుటి వారి జ్ఞానము మానసిక స్థాయి ఆలోచనా విధానము కూడా చాలా ముఖ్య పాత్రా పోషిస్తాయి. అదృష్టవశాన రెండు వైపులా సరిఅయిన దృకృధముతో ఉంటే ఈ సాధనలో మంచి పురోభివృద్ధి సాధించగలము, జీవితాలు ఆనందమయము చేసుకోగలము, సత్కార్యములు చేయగలము, ఆశ్రమ ధర్మ ఆచరణ సులభము అవుతుంది.

అలాంటప్పుడు జీవులన్నిటిని ఒకే స్థాయిలో ప్రేమించగలిగే దైవం ఎంత గొప్పవాడో, అనంతమైన ప్రేమాస్వరూపమో కదా.

8

మనిషి జీవన గమనం

ఏ జీవికైనా దైవం ఎలా సంకల్పించాడో ఆవిధంగానే జీవిత కధనం జరుగుతుంది. నిజానికి నువ్వేమి దైవాన్ని కోరుకొనవసరం లేదు. కోరుకున్నా, కోరుకోకపోయిన నీ ప్రమేయములేకుండానే జీవితం దైవ నిర్దేశిత కధనం ప్రకారమే ముందుకు సాగిపోతూనే ఉంటుంది .

"దైవం సంకల్పించిన విధంగానే జీవిత కధనం జరుగుతుంది తప్ప దానిలో ఏ చిన్న మార్పు జరగదు"

అంటే దైవ నిర్ణీత కర్మల వైపు జీవి బుద్ధి (దైవం ఆధీనములోనే) జీవిని నడిపిస్తుంది. దైవ సంకల్పం ప్రకారము నువ్వు చేయవలసిన కర్మలను బట్టి బుద్ధి ని ప్రేరేపించే విధంగా నీ కదలికలు జరుగుతూ ఉంటాయి. నీ కుటుంబము భర్త భార్య పిల్లలు ఆ కధనం ప్రకారమే కలుగుతారు. అదే విధముగా నీ కుటుంబంలోని అందరి సభ్యుల జీవితాల్లో మార్పులు చేర్పులు మలుపులు కదలికలు నీ ప్రమేయములేకుండానే జరిగిపోయి దైవ సంకల్పితం ప్రకారము నీ కర్తవ్యాలను పూర్తి చేస్తావు. ఎలా అంటే...

ఒక అతి సామాన్యమైన వ్యక్తికి ఒక దేశానికి రాజు అయ్యే యోగం దైవ నిర్దేశమైతే అతని ఆసక్తులు, జీవన గమనము ఆ మార్గములోకి మళ్ళించబడి అవసరమైన మలుపులు తీసుకొని అతను దేశానికి రాజు గా నిలుస్తాడు.

అలాగే ఒక జంటకి వివాహము దైవ సంకల్పితమైతే వారిద్దరూ ఎక్కడ ఉన్నా ఒకటయ్యే పరిస్థితులకు దారితీస్తాయి. వారి తల్లితండ్రుల జీవిత గతులు కూడా తదనుగుణంగా ముందునుంచే మలచబడతాయి.

దైవ నిర్ణయం ప్రకారం ఒక జీవి మరణం ఆసన్నమైతే ఆ జీవి ఆ పరిస్థితులలోకి అప్రమేయంగా వెళ్ళిపోయి మరణిస్తుంది.

ఈ సృష్టిలో జరిగే ఇలాంటి ఎన్నో సంఘటనలను పరిశీలిస్తే జీవుల బ్రతుకులు దైవ సంకల్పితమైన విదముగానే జరుగుతాయని చెబుతున్నాయి. అందుకే "విధి (దైవ సంకల్పం) బలీయము" అని ఆర్యోక్తి. అది నిజమే ఎవ్వరు అధిగమించలేనిది.

బుద్ధి మనలోనే ఉంది మనదే అనుకుంటాము కదా. కానీ అది దైవం అధీనములో నిర్దేశిత కర్తవ్యాలు వైపు మనల్ని నడుపుతున్నది. అదే నిదర్శనము దైవమే ప్రతి జీవిలోను ప్రతి కణములోను ఉండి నడిపిస్తున్నాడు అనే దానికి.

అలాంటప్పుడు మనిషి చేసేది ఏముంది అనిపిస్తుంది కదా! *మనిషి తానుగా చేయగలిగేది చెయ్యవలసింది కూడా ఉంది. అది తన ప్రవర్తన, వైఖరిని మంచిగా మలుచుకొని అరిషడ్వార్గాల ప్రభావాన్ని నియంత్రిస్తూ తనతో ఉన్న జీవులకు, సమాజానికి తోడ్పడటం చెయ్యవచ్చు.*

"అరిషడ్వార్గాలంటే మనిషిని ప్రభావితము చేసి వక్ర మార్గము పట్టించగలిగే 6 అంతర్గత శత్రువర్గాలు"

ఈ అరిషడ్వార్గాలు ఎక్కడుంటాయి అంటే మనలోనే ఉంటాయి. దైవమే వాటిని అక్కడ పెట్టాడు. కామ, క్రోధ, లోభ, మోహ, మద, మాత్సర్యాలు అనే ఆరు అరిషడ్వార్గాలు.

వీటికి అన్న అహంభావం. నేను అనే భావనే అహం నేనే గొప్ప అధికుడిని అనే భావనే అహంభావం.

కానీ వీటన్నిటికీ అసలు పెద్దన్న మనిషే సృష్టించుకున్న డబ్బు లేక ధనము. నిజానికి డబ్బే అహంభావాన్ని లోబరచుకుంది అనుకోవచ్చు.

ఇవి అన్ని కూడి మనిషిని తప్పుగా ఆలోచించేటట్లు చెడు, పాప కర్మలు చేసేటట్లు ప్రోద్బలపరుస్తాయి, ప్రోత్సహిస్తాయి. స్వార్ధపరునిగా చేస్తాయి.

మనిషి డబ్బుని లావాదేవీల సౌలభ్యము కొరకు ప్రవేశ పెట్టాడు. అది కేవలం ఒక రాయి, తోలు ముక్క, నాణెము, కాగితం ముక్క అనుకొన్నాడు. కానీ కాలక్రమేణా దాని ప్రాబల్యము పెరిగి పెరిగి మనిషినే ఆడించే స్థాయికి చేరింది. అన్ని వ్యవహారాలలో ప్రధాన పాత్రధారి అయి కూర్చుంది. దాన్ని కూడబెట్టడానికి దేనికైనా, ఏమి చెయ్యడానికైనా సిద్ధమయ్యేట్టు మనిషిని దిగజార్చింది.

డబ్బు అక్కడితో ఆగలేదు అహంభావాన్ని ప్రేరేపించడము మొదలుపెట్టింది. ఎవడు ఎక్కువ డబ్బు కూడబెడితే వాడిని అంత అహంభావములో ముంచేస్తుంది.

డబ్బు వల్లనే, అధికారం, బలం, అహంభావం ప్రేరేపితమైతే. ఆ అహంభావం వల్ల అన్ని అరిషడ్వార్గాలు ప్రేరేపించబడతాయి. వాటి ప్రభావంతో ఆలోచనలు గాడి తప్పుతాయి చెడు కర్మలకు ప్రోద్బలపరుస్తాయి, కారణభూతమౌతాయి. అహంభావం ప్రకోపించినప్పుడు ఎదుటి మనిషిలోని దేవుడిని చూడలేడు. ఈర్ష్య అసూయలు కూడా తోడయి విచక్షణను చంపి చెడ్డ ప్రవర్తనను, పనులను చేసేటట్లు చేస్తాయి.

అరిషడ్వార్గాలలో ముఖ్యమైనవి కామ, మొహాలు ఇవి మనిషిని నిరంతరము కోర్కెల వైపు, సుఖాల వైపు లాగుతాయి మంచి ప్రవర్తనకు, మోక్ష మార్గానికి దూరము చేస్తాయి. వీటి ప్రభావము మనిషిపై చాలా ఎక్కువ.

మంచిదైనా చెడ్డదైనా కోర్కె లేని మనిషి ఉండడు. ఆశ కోర్కెలకు మూలము. కీర్తి, మోక్షము, ధనము శృంగారము, సుఖము లాంటివన్నీ కోర్కెలే. ధర్మబద్ధమైన కోర్కెలు అవసరమైనవే. అవి లేకుండా ఏమి సాధించలేము. కానీ అధర్మమైనవి అత్యాశ పూరితమైనవి పాప కర్మల వైపు తీసుకు వెళతాయి. వాటిని నియంత్రించుకోవాలి.

క్రోధ, మద, మాత్సర్యాలు ఎన్నో అనర్థాలను ప్రేరేపిస్తాయి హింసకు క్షోభకు కారణభూతమౌతాయి. అదుపులోలేని క్రోధము మనిషి ఆరోగ్యాన్ని చాలా నష్టపరుస్తుంది, ఒత్తిడిని పెంచి మనశ్శాంతి లేకుండా చేయవచ్చు మనిషి మనుగడకే ముప్పు తేవచ్చు.

మదము అహంభావం కూడి సాటి జీవులను కించపరచుట, హింసించుట పరిస్థితులకు దారి తీస్తుంది.

మాత్సర్యము ఒక హేయమైన లక్షణము ఎల్లప్పుడూ మనసును కలుషితము, కళంకితము చేస్తూనే ఉంటుంది. మితిమీరిన మాత్సర్యము సాటి మనుషులకు చెడు జరగాలని కోరుకుంటుంది, వెనుక గోతులు తవ్వడానికి ప్రేరేపిస్తుంది.

ఈ మూడు ఒక స్థాయిలో మనిషి విచక్షణను పూర్తిగా కోల్పోయేటట్లు చెయ్యగలవు.

లోభము సాటి మనుషులకు సాయము, సేవ చేయకుండా అడ్డుపడుతుంది దేవుని కృపకు దూరము చేస్తుంది. దీని ప్రభావము వలన దాన ధర్మాలకు పుణ్య కార్యాలకు మనిషి దూరమై పోతాడు. స్వార్థం ఎక్కువ అయితే ఏమైనా చెయ్యడానికి సిద్ధమైపోతారు కుటుంబ బంధాలను పద్ధతులను విచ్చిన్నం చేస్తారు, సహజ సంబంధాలను పక్కదారి పట్టిస్తారు, మోసాలు చెయ్యడానికి కూడా వెనుకాడరు.

ఏ మనిషి దైవం ఇచ్చినదంతా ఆహారమైన, ధనమైన, ఇంకేదైనా తన కోసమే అనుకోకూడదు సాటి వారికి అవసరమైనప్పుడు సహాయపడడానికే, మంచి కార్యక్రమాల కొరకు దానధర్మాలకు వెచ్చించాలని తెలుసుకోవాలి.

మనిషి అంత సులువుగా అరిషడ్వార్గాలను నియంత్రించలేడు. అవి కూడా దైవం సృష్టించినవే గనుక వాటి పని అవి చెయ్యాలి. వాటిని మనం భరించాల్సిందే.

దైవ ప్రసాదిత జ్ఞానము ద్వారా వాటికి లొంగకుండా నిగ్రహించుకొనేటట్లు మనుషులు మానసికబలాన్ని పెంచుకొని నిష్కామకర్మ, నిస్వార్థమైన సేవ అలవరచుకోవాలి.

ఎలా అంటే .....

సూర్యుడు ఏమి ఆశించకుండా ఈ విశ్వానికి వెలుతురు వేడి ఆరోగ్యము నిరంతరంగా ఇస్తూనే ఉంటాడు. భూమి గడ్డ కట్టుకుపోకుండా, సృష్టిలోని అన్నిటి మనుగడకు అతి ముఖ్యమైన వేడి, వెలుతురు, శక్తిని, కొన్ని విటమిన్లను అందిస్తాడు.

అదే విధముగా చెట్లు ఆక్సిజన్, ఆకులు, కాయలు, పళ్ళు, ఔషధాలను ఏమి ఆశించకుండానే ఇస్తూఉంటాయి జీవులు బ్రతకడానికి దోహదపడుతూ ఉంటాయి.

గాలి ఆక్సిజన్, నైట్రోజన్, కార్బన్డయాక్సయిడ్, ఓజోన్, హైడ్రోజన్, ఆర్గన్, నియాన్, హీలియం, నీటిఆవిరి వగైరా ఎన్నో వాయువులను ఉచితంగానే అన్నిటికి అందిస్తూవుంటుంది ఈ సృష్టిలోని అన్నిటికి ప్రాణవాయువును ఇచ్చి బ్రతికిస్తుంది. నత్రజని అందించి ఆహార దినుసులు వగైరా పండించడానికి దోహద పడుతుంది.

మేఘాలు, వర్షాలు, నదీనదములు, తటాకములు నీటిని ఈ సృష్టిలోని అన్నిటికి ఉచితముగానే ఇస్తాయి.

పశువులు కూడా ఏమి ఆశించకుండానే పాలు ఇస్తాయి, కొన్ని వ్యవసాయ పనులు లాంటివి చేయడంలో కూడా మనిషికి సహాయ పడతాయి.

అవన్నీ (దైవం సృష్టించివన్నీ) నిష్కామ కర్మ, నిస్వార్థ సేవ సహజముగానే చేస్తాయి. కేవలం మనిషి మాత్రమే ప్రయత్నపూర్వకంగా చెయ్యాలి. మనుషుల్లో చాల మంది మంచి పనులే చెయ్యాలనుకుంటారు, చేస్తారు కానీ స్వార్థపరమైన ఆలోచనలతో ఆ ప్రయత్నము అప్పుడప్పుడు గాడి తప్పుతుంది అరిషడ్వార్గాల ప్రభావము వలన.

మనుషులలో సుమారు 90% పైన మంచి వాళ్ళే వున్నారు మిగిలిన 10% లోపే మాత్రమే చెడ్డ వాళ్ళు. మంచి వాళ్ళు చాల ఎక్కువ మంది ఉన్నప్పటికీ వారి సహజ నైజము ప్రకారం సున్నితమైన స్వభావము వల్ల చెడుని ఎదిరించే ఆలోచన ధైర్యము చెయ్యరు. సమాజ హితానికి అంతగా ఏమి చెయ్యలేరు. అందుకు విరుద్ధముగా చెడ్డవాళ్ళు చాల ఎక్కువ క్రియా శీలముగా ఉండి సమాజానికి కీడు చేసే ఆలోచన చేస్తుంటారు. సమాజము మెరుగుదల కోసం మంచివారు క్రియాశీలమయ్యేలా ప్రయత్నం జరగాలి.

పురాణాలు, ఉపనిషత్తులు, భగవద్గీత, బైబిల్, ఖురాన్, ఇతర అన్ని మత గ్రంధాలు మనిషికి పాటించవలసిన మంచి ఏమిటి, త్యజించవలసిన చెడు ఏది, ఎలా బ్రతకాలి, దైవ స్పృహతో క్రమశిక్షణగా ఎలా మెలగాలి అని తెలియజేస్తున్నాయి. దైవ అనుగ్రహముతో మనిషి కొన్ని వేల సంవత్సరాలుగా ఇవన్నీ తయారు చేసుకున్నాడు. కొన్ని వందల సంవత్సరాలుగా వాటి ఆచరణ నియమావళి రూపొందిచుకున్నాడు. ఒకప్పటి అనాగరిక వ్యవస్థను సంస్కరించుకుంటూ వచ్చాడు ఇప్పటి నాగరిక స్థితికి చేరాడు.

దైవం ఏర్పాటు చేసిన సృష్టి, వ్యవస్థలు పరిపూర్ణముగా ఉంటాయి చెడు ప్రభావాలు ప్రతిస్పందనలు ఉండవు. కొన్ని వేల సంవత్సరాలుగా ఈ సంగతి గుర్తించారు సురక్షితమైన ధర్మబద్ధమైన మనుగడకు పద్ధతులను ఏర్పరచుకొన్నారు.

కొన్ని వందల సంవత్సరాలుగా ఆటవిక, అనాగరిక, రాచరిక వ్యవస్థల నుండి బయటపడి మనుషులకు సురక్షితముగా జీవించే హక్కులను, స్వయం ప్రజాపాలన చేసుకొనే స్థాయికి చేరుకున్నారు.

అంతర్గత శత్రువులను గుర్తించారు వాటి వల్ల జరిగే నష్టాలను అనర్థాలను పాప కర్మలను తెలుసుకున్నారు గాని వాటిని నియంత్రణలో తగిన పురోభివృద్ధి సాధించలేకపోతున్నారు.

అహంభావం నశించాలంటే సులభమైన దారి సానుకూల దృక్పథం ఇతరుల పట్ల గౌరవం పెంపొందించు కోవడమే. దానికి సవ్యమైన పద్ధతి ఇతరుల జీవితాల గురించి వాళ్ళ నుండే తెలుసుకొని, శ్రద్ధగా విని గుర్తుపెట్టుకోవడమే. ప్రతి జీవి దైవం ఇచ్చిన జీవితములో కొన్నైనా విజయాలు సాధించే ఉంటుంది. ఆ గొప్పతనము చాలు ఆ జీవి పట్ల గౌరవము పెరగడానికి.

"అహం తగ్గేకొలది మనిషి ఉత్తమ మార్గాలలోకి వెళ్ళిపోతాడు"

అలాగే హిందూ సంస్కృతి ప్రకారము మనుషుల జీవన గమనము లో ముఖ్యమైన అంశము వృద్ధాప్య దశకు చేరువవుతున్నప్పుడు భవబంధాల నుండి విముక్తుడు కావడము. ఇవి వివిధ జీవన దశలలో మనిషి నడవడిక అవసరమైన మానసిక పరిపక్వత పొందడానికి ఉద్దేశించబడ్డవి జీవన్ముక్తికి దారి చూపించేవి. దీని ప్రకారము బ్రహ్మచర్య, గృహస్థు, వానప్రస్థ, సన్యాసం ఆశ్రమ ధర్మాలుగా సూచించబడ్డాయి. వీటిలో ఏ ఒక్క దశను గాని ఒక దాని తర్వాత ఒకటిగా అన్ని దశలను ఆచరించి ప్రశాంతమైన జీవన్ముక్తికి అడుగులు వెయ్యవచ్చు.

అరిషడ్వార్గ పీడితుడైన మనిషి ఆ యా ఆశ్రమ ధర్మాలను సులభముగా ఆశ్రయించలేడు తన వారైన భార్య బిడ్డలు, ఆస్తి పాస్తులు, రుచులు అభిరుచులు, సుఖాల పట్ల మమకారాన్ని వదులుకోలేడు. వానప్రస్థ సన్యాస ఆశ్రమాలలో తన సపర్యలు తనే చేసుకోవాల్సివుంటుంది, అన్నిటిని వదులుకోగల మానసిక

పరిస్థితి సాధన కోసం ఎంతో నిబద్ధత తో ప్రయత్నించ వలసి ఉంటుంది. ఉన్నదానితో సంతృప్తి చెందగలగడం వాటిమీదా కూడా మమకారాన్ని వదులుకోవడం చివరి దశ ఆశ్రమ ధర్మాలను ఆశ్రయించడానికి ముఖ్యమైన మానసిక స్థితిగా తెలుసుకోవాలి.

ఒకప్పటిలా ఏ నది తీరాలకు అడవులకు వెళ్లలేకపోయినా నేటి నాగరిక నగర జీవితములో కూడా ఆశ్రమ ధర్మాలను మానసిక స్థితి ద్వారా ఆచరించవచ్చు తమ సహచరులకు వారి జీవన గమనములో అభిరుచుల ఆధ్యాత్మిక లక్ష్యాలకు చేరుకొనే అవకాశము కల్పించవచ్చు.

ఇంకా మనము వేరు వేరు ప్రాంతాలలో కొన్ని రకాల నమ్మకాలు పద్ధతులు ఆచరిస్తూ వున్నాము. మంచి తిధి వారము రాహు కాలం యమ గండం అని కొన్ని రోజులలో ఘడియలలో పనులు చేస్తే విజయవంతమౌతాయని మంచి ఫలితాలు వస్తాయని లేకపోతే నష్టపడతామని నమ్ముతారు. కానీ వాళ్లే శుభస్య శీఘ్రము అని వెంటనే ఏ పని చేసిన మంచిదే విజయవంతమౌతుంది మంచి ఫలితము వస్తుంది అంటారు. అంతేకాకుండా వాళ్ళు అనుసరించే కాలమానాన్ని బట్టి కొన్ని ప్రాంతాలలో మంచి తిధి వారాలు అంటున్నవి వేరే ప్రాంతములో చెడ్డవి అవుతున్నాయి అలాగే చెడ్డవి అనుకున్నవి మంచివి అవుతున్నాయి. మరి ఇవన్నీ నమ్మని ప్రాంతాలు జనాలు అన్ని పనులు అన్ని రోజులలోను బాగానే చేసుకుంటున్నారు చాల విజయాలు సాధిస్తున్నారు కూడా. మనుషుల నమ్మకాన్ని బట్టి పరిస్థితులు ఫలితాలు మారిపోతాయా? ఒకే దైవం విశ్వమంతటిని నడిపిస్తున్నప్పుడు ఇలాంటి నమ్మకాలు ఎలా సమర్ధనీయమౌతాయి కొంత కాలాన్ని వృధా చెయ్యడానికి తప్ప.

దైవం ఇచ్చిన ఈ అపురూపమైన జన్మను జీవితాన్ని ఆయనపట్ల పరిపూర్ణమైన విశ్వాసముతో మలుచుకొని ప్రకృతి సిద్ధముగా ధర్మ బద్ధముగా బ్రతకాలి. మనిషులు తమ ప్రవర్తన దైవ నిర్దేశిత నియమావళి ప్రకారము ఏర్పరచుకొంటేనే అది సాధ్యము.

మనిషి దైవదర్శనానికి దేవాలయానికి వెళ్లిన ప్రతిసారి తనలో వచ్చిన మార్పుని సరిచూసుకోవాలి అందుకే కొంత సమయము అక్కడ ప్రశాంతముగా కూర్చుని ఆత్మ పరిశీలన చేసుకొనే పద్ధతి ఎప్పటి నుంచో ఆచరణలో వుంది. దేవాలయ సందర్శన దైవదర్శనముతో బాటు తనలోని మంచి మార్పులు తలంచుకోవడానికి వీలైతే ఒక పుస్తకములో వ్రాసి పెట్టు కోవడానికి ఉపయోగించుకోవాలి.

షట్ యతే యత్ర వర్తన్తే తత్ర దేవతః అని ఆర్యోక్తి. షట్ యతులుగా తేజస్సు, జ్ఞానము, ప్రేమ, క్షమ, శౌర్యము, బలము అని చెబుతారు. ఆ ఆరు ఉత్తమమయిన లక్షణాలు ఎక్కడ ఉంటాయో అక్కడ దేవతలు ఉంటారని అని అర్థము. మనమంతా దైవంలోనే ఉన్నామనే ధ్యాస వున్నా ఆ ఆర్యోక్తి ప్రకారము ఉత్తమ లక్షణాలు అందరు పెంపొందించు కోవడానికి ప్రయత్నిస్తే అరిషడ్వార్గాల నియంత్రణ సులభ సాధ్యమవుతుంది.

అరిషడ్వార్గాల ప్రభావంతో మనుషులు ఒత్తిడికి తద్వారా అనారోగ్యానికి దుఃఖానికి గురవుతారు. సానుకూల దృకృధం అరిషడ్వార్గాల ప్రాభల్యము ఒత్తిడిని తగ్గించడానికి చాలా ఉపయోగ పడుతుంది. అదే ప్రతికూల దృకృధం అరిషడ్వార్గాల ప్రభావాన్ని ఎక్కువ చేస్తుంది. కనుక మనుషులు సానుకూల దృకృధాన్ని పెంపొందించుకోవాలి.

ఆ దిశలో మనో నిగ్రహము, శారీరిక ఆరోగ్యము కోసము ధ్యానం, యోగాలనే అభ్యాసాలను మనుషులే అభివృద్ధి పరిచారు.

యోగ ప్రక్రియలలో కొన్ని శారీరిక భంగిమలు ఉంటాయి వాటికి అనుగుణంగా ఊపిరి నియంత్రణ చేస్తూ శరీర అంతర్గత వ్యవస్థలకు వ్యాయామము చెయ్యగలుగుతాము. ఆరోగ్యముగా ఉంచుకోగలుతాము. శరీరము మొత్తాన్ని మంచి స్థితిలో ఉంచగలిగే సూర్య నమస్కారాలు యోగాలోని ఒక ప్రక్రియ. యోగ ముఖ్యముగా శరీర వశ్యత కొరకు చాలా ఉపయోగ పడుతుంది.

ధ్యానం మనస్సు, ఆలోచన, ఊపిరిని నియంత్రించే ఒక ప్రక్రియ భావోద్వేగాల సమతుల్యతకు పనికివస్తుంది. ఇప్పుడు మానవాళిని తీవ్రముగా ఇబ్బంది పెడుతున్న ఒత్తిడిని తగ్గించడానికి ఉపయోగపడుతుంది. అందుకొరకు మెదడును కొంత వరకు సుషుప్తావత్స లో ఉంచడానికి చేసే ప్రక్రియే ధ్యానము. ధ్యాన సాధన క్లిష్టమైనది మనస్సు ఆలోచనలను పూర్తిగా స్థంభింప చెయ్యడం కష్టమైన పని ప్రయత్నిస్తే సాధ్యమౌతుంది.

9

మనుషుల పరిశోధన ఫలితాలు

మనుషుల సాధిస్తున్న విజ్ఞాన-సాంకేతిక ప్రగతి దైవం సృష్టిలోని భాగమే ఎందుకంటే శాస్త్రవేత్తలు కనిపెడుతున్నవి అన్ని దైవం ముందుగా సృష్టించినవే.

నక్షత్రమండలాలు పుట్టి సుమారు 1380 కోట్ల సంవత్సరాలైనది. పర్యావరణం పుట్టి 600 కోట్ల సంవత్సరాలు, భూమి పుట్టి సుమారు 454 కోట్ల సంవత్సరాలైనది. భూమిపై జీవము పుట్టి సుమారు 370 కోట్ల సంవత్సరాలైనది.

మనిషి ఉద్భవించే ప్రస్థానం వివిధ దశల లో జరిగి మొదటి మనిషి ఆవిర్భవించి సుమారు 20 లక్షల సంవత్సరాలు అయ్యింది. హోమినిన్స్ ఆదిమ మానవుడు తర్వాత హోమో సేపియన్స్ ఆధునిక మానవుడు రెండు నుండి మూడు లక్షల సంవత్సరాల క్రితం పుట్టాడు. డెబ్బై వేల ఏళ్ళ క్రితమే సంచారం మొదలు పెట్టాడు. మౌఖిక బాషా సామర్థ్యము సుమారు యాభై వేల ఏళ్ళ క్రితము సాధించారు.

ఆ దశలలో మనిషి ఒంటరిగా, జంటగా, సమూహములుగా, తెగలుగా, రాజ్యాలుగా, సమాజాలుగా, దేశాలుగా జీవనము సాగించాడు.

మనిషి ఆహారము కొరకు మొదట్లో జంతువులల్లా వేట సాగించాడు, ఆకులు, అలములు, దుంపలు, కాయలు,

పళ్ళు తిన్నాడు. తర్వాత కాలములో నిప్పుని వుపయోగించి వంటచెయ్యడం నేర్చుకొని ఆహారాన్ని ఎంతో రుచికరముగా చేసుకున్నాడు.

పెళ్లి, కుటుంబము అనే వ్యవస్థలను ఏర్పాటుచేసికొని మనిషి జంతువుల సంస్కృతి నుండి వేరు పడ్డాడు.

బలవంతుడు, వేట, యుద్ధాలలో ప్రావీణ్యం కలవాడు నాయకుడుగా చెలామణి అయ్యేవాడు మిగతావారిని అదుపుఆజ్ఞలలో పెట్టుకొనేవాడు బానిసలుగా కూడా చేసుకునేవాడు. తెలివైనవాడు ఆ బలవంతుడిని నియంత్రించడానికి కొన్ని మార్గాలు ఎంచుకొనేవాడు.

గత కొన్ని శతాబ్దాలుగా మనిషి జీవన గతులలో చాలా మార్పులు చోటుచేసుకున్నాయి చాలా వరకు సురక్షితమైన పరిస్థితులు, బలహీనుడు కూడా స్వేచ్ఛగా బ్రతికే పరిస్థితులు ఏర్పడ్డాయి.

మతముల ఆవిర్భావమును చూస్తే .. హిందూమతము మొదలయి సుమారు 5 వేల సంవత్సరములు అయ్యింది, భగవద్గీత వాడుకలోకి వచ్చి సుమారు 5000 ఏళ్ళు అయ్యింది, బైబిల్ వాడుకలోకి వచ్చి 1500 నుండి 1600 సంవత్సరాలు అయ్యింది. ఖురాన్ వాడుకలోకి వచ్చి 1400 ఏళ్ళు అయ్యింది.

విజ్ఞాన శాస్త్రము 400 నుండి 500 సంవత్సరాలు క్రితం మొదలయ్యింది. గత 100 సంవత్సరములుగా అది చాల వేగముగా పురోగతి సాధించి ముందుకు తీసుకువెళ్ళబడింది.

మనిషి మేధస్సును తార్కికమైన ఆలోచనను ఉపయోగించి సృష్టిలో భాగముగా తన చుట్టూ సహజముగా జరుగుతున్న

వాటికి కారణాలను అన్వేషించడం మొదలుపెడతాడని, తనకు అనుకూలముగా మలచుకునే ప్రయత్నము చేస్తాడని దైవానికి ముందే తెలుసు. దాని కోసం అవసరమైనవి వాటిని సృష్టిలో దైవం ముందే ఏర్పాటు చేసి ఉంచాడు.

దైవం జీవకోటి ఆహార అవసరాలకు ఎన్నో ఆకులు అలములు పండ్లు, ధాన్యాలు సృష్టించాడు. ఎన్నో రకాల లోహాలను ఖనిజాలను భూతలం, రాతి పొరల్లో, సముద్రాలలో నిక్షేపించాడు. గురుత్వాకర్షణ శక్తీ, విద్యుదయస్కాంత వికిరణము (రేడియేషన్) వాయు పొరలలో ఉంచి దానికి విద్యుత్ మరియు అయస్కాంత అలలుగా తరంగాలుగా వ్యాపించే లక్షణం ఇచ్చాడు. వీటిపై మనుషులు పరిశోధనలు చేసి విజ్ఞాన శాస్త్రము, వ్యవసాయ శాస్త్రము, ఆరోగ్య శాస్త్రము, సాంకేతిక శాస్త్రముగా అభివృద్ధి చేసుకున్నారు.

కొంచం స్పష్టముగా అర్థమవ్వాలంటే విద్యుదయస్కాంత వికిరణము వాయు పొరలలో ఉంచి దానికి విద్యుత్ మరియు అయస్కాంత అలలుగా తరంగాలుగా వ్యాపించే లక్షణం ఇచ్చి వుండక పోతే రేడియో కమ్యూనికేషన్, టెలి కమ్యూనికేషన్, సెల్ ఫోను ద్వారా మాట్లాడం లాంటివి జరగ గలిగేవా.

మనుషులు దైవ ప్రసాదితమైన తెలివితేటలకు తార్కిక ఆలోచనను జోడించి ఎన్నో పరిశోధనలు చేసి సృష్టిలోని కొన్ని విషయాల మూలలను ఆధారాలను కనుగొన్నారు. అది విజ్ఞాన శాస్త్రముగా ఎన్నో ఆవిష్కరణలకు ఆధారభూతమైనది. ఈ ఆవిష్కరణల ఫలితాల అనువర్తింపులు (అప్లికేషన్స్) సాంకేతిక శాస్త్రముగా పురోగమించింది తద్వారా జీవుల ఉపయోగానికి, సౌలభ్యానికి, సౌకర్యానికి ఆచరణలోకి తేబడ్డాయి.

మిగతా జీవుల పై మనుషులకు ఉన్న ముఖ్యమైన ఆధిక్యత తెలివితేటలు. వాటిని ఉపయోగించుకొని శాస్త్రవేత్తలు పరిశోధనల ద్వారా విజ్ఞానాన్ని, సాంకేతికతను సాధించడం చాల గొప్ప విషయమే తద్వారా వచ్చిన ఫలితాల ఆవిష్కరణలను మానవాళి సౌలభ్యానికి సౌకర్యానికి ఉపయోగించడము ఇంకా మెచ్చుకోదగ్గ విషయమే.

ఆ విషయాన్నీ గుర్తించి శాస్త్రవేత్తలను తగిన రీతిలో సమాజం గౌరవిస్తూనే ఉంది.

పరిశోధనల ఫలితాలను, ఆవిష్కరణలను జీవుల అవసరాలు తీర్చడానికి, సౌకర్యాలు పెంచడానికి, జీవన స్థితిగతులు మార్చడానికి శాస్త్రవేత్తలు ఎక్కువగా ఉద్దేశించారు.

అది నిజమే కానీ అసలు సమస్య ఏమిటంటే ఆ పరిశోధనల ఉత్పత్తులు ప్రకృతి పర్యావరణాలు జీవులపై చూపే ప్రతికూలతలు, దుష్ప్రభావాలను పూర్తిగా పసికట్టలేకపోవడం.

"మనుషుల పరిశోధనలు, విజ్ఞాన సాంకేతిక పురోగతి దైవ సృష్టిలా పరిపూర్ణముగా దుష్ప్రభావరహితముగా లేకపోవడమే"

పరిశోధన దశ లోనే దుష్ప్రభావాలను పూర్తిగా గుర్తించాలి తగిన పరిష్కారాలను సూచించాలి. పరిహారాలు పూర్తిగా అమలు పరిచే వరకు ఉత్పత్తికి అనుమతి ఇవ్వకూడదు. సమాంతరంగా పరిశ్రమల నిర్మాణ అనుమతుల వాళ్ళ చేసే పరిహారాల అమలు అశ్రద్ధకు గురవుతున్నది దుష్ప్రభావాలు పర్యావరణాన్ని నష్టపరుస్తున్నాయి గాలి నీరు భూమి కలుషితము

అవుతున్నాయి. ప్రభుత్వాల అజమాయిషీ జాగ్రత్త మరింత పెరగాల్సిన ఆవశ్యకత చాలా ఉంది.

పెట్టుబడిదారులు ప్రతి వైజ్ఞానిక సాంకేతిక ఆవిష్కరణని ఒక వాణిజ్య, వ్యాపార అవకాశముగా మలచుకోవడము మొదలుపెట్టారు, పరిశ్రమలు స్థాపించారు. ఆ ప్రయత్నములో ఉద్భవించిన కాలుష్యాలు మానవాళి, ప్రకృతి పర్యావరణాలకు ముప్పుగా పరిణమించి దైవదత్తమైన పరిస్థితులకు దూరముగా జరగడానికి దారితీసాయి.

అది ఎలాగో కాస్త విశేషించవచ్చు ......

క్రీస్తు శకం 1800 వ సంవత్సరములో ప్రపంచ జనాభా సుమారు 90 కోట్లు, 1900 వ సంవత్సరములో 165 కోట్లకు 2024 సంవత్సరానికి 810 కోట్లకు పెరిగింది. గత 224 సంవత్సరాల్లో జనాభా చాల వేగముగా 9 రేట్లు పెరిగింది.

జీవన ప్రమాణాలు పెరగడంవల్ల జననాలు పెరగడం మరణాలు తరగడం దీనికి ముఖ్య కారణం. అదీ దేవుని సృష్టి వైచిత్ర్యమే కావచ్చు కానీ దానివల్ల ఏర్పడ్డ పరిస్థితులు అధిక సమస్యలకు దారి తీస్తున్నాయి.

పెరిగిన జనాభా అవసరాల కొరకు పరిశోధనలు చేసి పంటలలో అధిక దిగుబడులకోసం కొత్త వంగడాలను, సశ్య పోషణకు ఎరువులను, సస్య రక్షణకు పురుగు మందులను ప్రవేశపెట్టారు. వాటిలో విషతుల్యమైన రసాయనాలను ఉపయోగిస్తూ దిగుబడులను పెంచారు.

కానీ వాటి నుండి ఆ రసాయనాలు ఆహార పదార్థాలలోకి చేరి అవి తిన్న వాళ్ళ ఆరోగ్యాన్ని దెబ్బతీసి కాన్సర్ తదితర

అనేక తీవ్రమైన రోగాలని కలిగిస్తున్నాయి. ప్రకృతి సిద్ధమైన పద్ధతులను విడిచి ఆహార సమృద్ధి సాధించారు కానీ దుష్ప్రభావాలను పరిగణనలోకి తీసుకోలేకపోయారు.

ఇప్పుడు గుర్తించి తిరిగి మళ్లీ సేంద్రియ (ప్రకృతి) వ్యవసాయము వైపు మళ్లుతున్నారు. కానీ గట్టి ప్రయత్నము జరుగుతున్నప్పటికీ గత రెండు దశాబ్దాలుగా పురోగతి అంతంత మాత్రంగానే వుంది అని గమనించవచ్చు .

పూర్తిగా వెనకటి దైవదత్తమైన పరిస్థితులకు చేరుకోవాలంటే ప్రభుత్వాలు, జనాలు చాలా గట్టి చర్యలు చేపట్టాలి అవగాహన కూడా బాగా పెరగాలి.

విద్యుత్ కేంద్రాలు, విద్యుత్శక్తి ఉత్పత్తి చేసే పరిశ్రమలు బొగ్గు, శిలాజ ఇంధనాలను, అధిక మొత్తములో దహిస్తాయి తద్వారా గ్రీన్ హౌస్ వాయులను ఉత్పత్తి చేసి భూతాపం పెరగడానికి దారితీస్తున్నాయి. ఇంకా ఎన్నో హానికరమైన వాయువులను పర్యావరణములోకి విడుదల చేస్తున్నాయి.

కానీ విద్యుత్ శక్తి లేకుండా జీవనం కొనసాగించే పరిస్థితిలో మనిషి ఇప్పుడు లేడు. అందువల్ల కాలుష్య కారకమైన, నష్టదాయకమైన వాటిని తప్పనిసరిగా వదిలించు కోవడానికి సంప్రదాయేతర పునరుత్పాదక విద్యుత్ వనరుల వైపు వేగముగా మళ్ళాలి. సౌర విద్యుత్, పవన విద్యుత్, సముద్ర అలల విద్యుత్ లాంటివి ఉపయోగించి తక్కువ విద్యుత్ వాడకంతో సరిపెట్టుకోవడం అలాటి పరికరాలు వాడటం కూడా జనాలు వేగముగా అలవాటు చేసుకోవాలి.

అదే విధముగా ప్లాస్టిక్కు 1907వ సంవత్సరములో ముడిచమురు నుండి తయారు చేసారు. అది చౌకగా లభించడంవల్ల ఎక్కువగా

ఉపయోగములోకి తెచ్చారు. కానీ దాని వ్యర్థాలు నేల, గాలి, నీటిని కలుషిత పరుస్తూ జీవుల ఆరోగ్యానికి ప్రమాదకారులుగా పరిణమించాయి. దీన్ని కనిపెట్టినప్పుడు కూడా దుష్ప్రభావాలను పసికట్టలేక పోయారు. ఇలాంటి పదార్థాలను కృత్రిమంగా తయారు చేసుకొని ఎంతో అనర్థము తెచ్చుకున్నాము.

అలాగే శిలాజ ఇంధన చోదక వాహనములు, నిర్మాణ పరిశ్రమ యంత్రాలు, ఎయిర్ కండీషనర్లు లాంటివి విపరీతముగా వాడకంలోకి వచ్చాయి. వాటినుండి వెలువడే క్లోరో ఫ్లోరో కర్బనముల వల్ల ప్రకృతి పర్యావరణాలకు కాలుష్యం కలిగించి నష్టపరుస్తుంది.

మానవులు వివిధ పరిశ్రమలను నిర్మించి, బొగ్గుపులుసు వాయువు, మీథేన్, నైట్రస్ ఆక్సైడ్ వగైరాలను గాలి లోనికి వదలి వాయు, నీటి, ధ్వని, నేల, ఉష్ణ కాలుష్యాలని కలిగించి జీవుల ఆరోగ్యాన్ని ప్రకృతిని పర్యావరణాన్ని నష్ట పరచుస్తున్నారు.

మౌలిక వసతులు, గృహాలు, కట్టడాలు, రహదారులు, ప్రాజెక్టులు వగైరా అన్ని నిర్మాణ రంగం కూడా కాలుష్యానికి కారకమౌతున్నది.

వినోదము, సౌకర్యము కొరకు వాడుతున్న సెల్ ఫోన్లు, టెలివిజన్ ఇటీవలి కాలములో లాంటివి ప్రపంచవ్యాప్తముగా పెద్ధ వ్యాపారాలు అయ్యాయి. ఎన్ని ఉపయోగాలు, సౌకర్యాలు ఏర్పడ్డా మరింత దుర్వినియోగానికి వ్యక్తుల నైతిక పతనానికి దారితీసాయి. ఆ యా పరికరాల వల్ల ఏర్పడే వికిరణం (రేడియేషన్) వల్ల మనుషులకు, పశు పక్ష్యాదులకు, పర్యావరణమునకు చాల నష్టము చేస్తున్నారు. ఇటీవలి

కాలంలో కంప్యూటర్లు, ఇంటర్నెట్ పరికరాల ద్వారా ఇంకా నష్టదాయకముగా తయ్యారయింది.

కంప్యూటర్ కొన్ని శతాబ్దాల క్రితమే రూపుదిద్దుకున్నా గత 3-4 దశాబ్దాలుగా విపరీతముగా అభివృద్ధిపరచబడి వినియోగములోకి తేబడింది. కంప్యూటర్ మనిషే తాయారు చేసుకొని పని చేయిస్తున్న చాలా సౌలభ్యమయిన ఉపకరణమయిన యంత్రము. దాని అత్యంత వేగవంతమైన ఖచ్చితమైన పని సామర్థ్యము వలన మనుషులు చేసే ఎన్నో వాటిలో కిరానా కొట్టు లావాదేవీల లెక్కల దగ్గర నుండి అంతరిక్షంలోకి పంపే రాకెట్ల వరకు అన్నిటిలో భాగమయిపోయాయి. అవి లేకపోతే చాలా వ్యవహారాలు స్థంభించిపోయే పరిస్థితి ఏమి చెయ్యలేని స్థితికి చేరాము. అంతర్జాలము ఆవిర్భావంతో కంప్యూటర్లు ఆకారము పరిమాణము మార్చుకొని లాప్ టాపులుగా, టాబులుగా , రోబోలుగా, చివరికి సెల్ఫోనులుగా అలాగే ఎలెక్ట్రానిక్సును కలుపుకొని వినోదానికి టెలివిజన్లు వగైరాలుగా అవతరించాయి. అంతర్జాలము ఆధారముగా చాల అప్స్, పోర్టల్స్, వెబ్సైట్లు, ఈ-కామర్సు ప్లాటుఫార్మ్స్, సామజిక మాధ్యమాలు ఇలా ఎన్నో వ్యాపార మార్గాలు తెరుచుకున్నాయి. ఇప్పుడు కృత్రిమ మేధ (ఆర్టిఫిసియల్ ఇంటలిజెన్స్) ప్రవేశపెట్టబడింది.

సమాచారమే ఇంధనంగా అతి వేగముగా విస్తరిస్తున్న వ్యాపార పరముగా అత్యధిక లాభాలు కురిపించి ప్రపంచ కుబేరులను తయారు చేస్తున్న రంగము.

సాంకేతికంగా ఎంతో ఉపయోగకరమైన సాధనమే అయినా దాని వలన లభించిన సౌలభ్యాలతో పాటు సైబర్ నేరాలకు, మోసాలకు, అస్లీలతకు, అపసవ్య పోకడలకు, దోపిడీ లాంటి కొన్ని సమస్యలకు తావిస్తున్నది కనుక ప్రపంచాన్ని వేరే

దిశలో తీసుకువెళ్ళుతున్న ఈ రంగము వృద్ధిపై సంబంధిత పారిశ్రామికవేత్తలు, అంతర్జాతీయ నియంత్రణ సంస్థలు, ప్రభుత్వాలు దీర్ఘకాల ప్రభావాలపై ఎక్కువ శ్రద్ధ పెట్టి అన్వేషించి నియంత్రించాలి, సరైన దారిలో వెళ్ళేటట్లు చూసే బాధ్యత తీసుకోవాలి.

పారిశ్రామికరంగం, నిర్మాణరంగం, కంప్యూటర్ మరియు సమాచార సాంకేతిక (ఐ టి) రంగాలు విపరీతమైన వ్యర్థాలను వెలువరుస్తున్నాయి, కాలుష్యాన్ని పెంచేస్తున్నాయి.

పారిశ్రామిక విప్లవం వల్ల బొగ్గుపులుసు వాయువు, గ్రీన్ హౌస్ వాయువుల ఉద్గారము వలన భూ తాపము పెరిగిపోతున్నది. తొందరగా కళ్ళు తెరిచి ఈ పరిస్థితులను సరిచేసుకోక పోతే ఇతర నష్టాలతో బాటు భూతాపము పెరగడంవల్ల ధ్రువాల దగ్గర మంచు కప్పులు కరిగి పోయి సముద్రమట్టము పెరిగి పోయి సముద్ర తీర ప్రాంతము కొన్ని నగరాలూ మునిగిపోయే ప్రమాదం వస్తుంది.

గత కొన్ని దశాబ్దాలుగా ప్రపంచ వ్యాప్తముగా ఆహారం వండి వడ్డించడం అతి పెద్ద వ్యాపార పరిశ్రమ అయ్యింది. ఎన్నో రకాల ఆహారాలు, పానీయాలు, వంటలు వండి సరఫరా చేసే సంస్థలు చాల ఏర్పడ్డాయి. ఈ వ్యాపారం గత కొన్ని దశాబ్దాలుగా చాల విస్తరించి అతి పెద్ద పరిశ్రమగా మారింది. పరిశ్రమగా పెరడంతో బాటు ఆహారాన్ని వృధా చెయ్యడము పెరిగింది ఆ వ్యర్థాలనుండి కాలుష్యము పెరిగింది. ఆహార వృధా చాల బాధాకరమైన అంశము ఒక పక్క ఆకలి చావులు మరో పక్క ఆహార వృధా.

ప్రపంచ వ్యాప్తముగా ఎన్నో సంస్థలు ఆహార వృధాపై అధ్యయనాలు జరుపుతున్నాయి దానికి కారణాలను అరికట్టడానికి కొన్ని సూచనలను చేస్తున్నాయి. పండించబడిన ఆహారాదినుసులలో సుమారు 31 శాతం (అంటే సుమారు ఒక రోజుకు 100 కోట్ల భోజనాలకు సమానమైన) గృహాలలో, సరఫరా వ్యవస్థల్లో వృధా అవుతున్నట్లు తమ నివేదికలలో వెల్లడిస్తున్నాయి. ఈ విషయములో వ్యక్తులు, వ్యవస్థలు, ప్రభుత్వాలు ఎక్కువగా శ్రద్ధ పెట్టి అవగాహన పెంచుకొని వృధా తగ్గించాలి పూర్తిగా అరికట్టే ప్రయత్నము చెయ్యాల్సిన అవసరం ఉంది. ఆహారాన్ని పరబ్రహ్మ స్వరూపముగా దైవంతో సమానముగా పరిగణించారు మన పెద్దలు ఒక మెతుకు కూడా వృధా కాకూడదు అని చెప్పారు.

ఒకప్పుడు ఏ ప్రాంతానికి అనుకూలమైన ఆహారాలను స్వయముగా పండుకొని భుజించేవాళ్ళు. కానీ ఇప్పుడు అన్ని దేశాల ఆహారాలు అన్నిచోట్లా అందరికి అందించబడుతున్నాయి. ఆయా ప్రాంతాలకు వాతావరణ పరిస్థితులకు అవి ఆరోగ్య దృష్ట్యా అనుకూలమా కదా అని అంతగా పట్టించుకుంటున్నట్లు లేదు మరియు కొన్ని చోట్ల ఆహార నాణ్యత ప్రమాణాలు ప్రశ్నార్థకమౌతున్నాయి.

గత రెండు మూడు దశాబ్దాలుగా చాల మంది తల్లిదండ్రులు తమ పిల్లలను ఎక్కువ గారబము చేస్తూ వారికి నచ్చిన ఆహారము చెప్పాలంటే జంక్ ఫుడ్ అతిగా పెట్టి బరువు పెరగడానికి ఆరోగ్య సమస్యలకు కారణమూ అవుతున్నారు. అటువంటి రుచులకు అలవాటు పడి పిల్లలు పెద్దయ్యాక కూడా అవే ఆహారాలని తిని దైవదత్తమైన ఆహారానికి దూరమయి చాల ఆరోగ్య సమస్యలకు గురి అవుతున్నారు. మన రక్తాన్ని మనమే కాలుష్యానికి గురి

చేసి దైవం ఏర్పాటు చేసిన శరీర వ్యవస్థల్ని ఇక్కట్ల పాలు చేస్తున్నామని గ్రహించాలి. ఒక కిలోగ్రాము బరువు పెరగడానికి ఇచ్చిక ఆహారము ఖర్చు వెయ్యి రూపాయలు అయితే ఆ బరువు తగ్గించుకోవడానికి పది వేల రూపాయిలు పైనే అవుతుంది. బరువు తగ్గించే వ్యాపారము జోరుగా సాగుతుంది ఇప్పుడు. ఈ విషయములో చాల కొద్ది మంది తల్లిదండ్రులు జాగ్రత్త తీసుకొంటున్నారు మరి అధికముగా ఉన్న మిగిలిన జనం ఎప్పుడు మేల్కొంటారో పరిస్థిలో మార్పు ఎప్పుడు వస్తుందో ప్రశ్నర్థకమే.

ఆఖరుకు దైవ ఆధారిత ఆధ్యాత్మికత, ప్రజా సేవకై ఉద్దేశించిన రాజకీయము, స్వచ్ఛంద సంస్థలు లాంటివి కూడా వ్యాపార అవకాశాలుగా, ధనార్జన మార్గాలుగా మారిపోయాయి.

ఇంకా ఎన్నో విషయాలలో పురోగతి దృష్ట్యా పెరుగుతున్న జనాభా అవసరాల కొరకు పరిశోధనలు చేసి కొత్త పుంతలు తొక్కుతుంది మానవ జాతి. మరిన్ని పరిశ్రమలు నెలకొల్పుతూనే వున్నారు. వీటివల్ల నష్టము ఇంకా తీవ్రతరము అయ్యాక బహుశా ఈ నష్టదాయకమైన వాటి వాడకం కొంత కాలము తర్వాత తప్పనిసరి పరిస్థితులలో అనివార్యముగా తగ్గ వచ్చు లేక వాడడం ఆపేయవచ్చు. అప్పటి వరకు వేచి చూడ వలసిందేనేమో..

జరుగుతున్న నష్టాన్ని, కాలుష్యాన్ని, దుష్ప్రభావాలని తమ తెలివితేటలతో శాస్త్రజ్ఞులే గుర్తించారు నష్టము మొదలైన తరవాత, అందుకు తగిన పరిహారాలను వాళ్లే సూచించారు. వాటి ఆచరణకు ప్రణాళికలు చెయ్యబడ్డాయి కానీ అమలులో కొంత జాప్యం నిర్లక్ష్యం చోటుచేసుకొంటున్నాయి. ఈ దిద్దుబాటుల పర్యవేక్షణ కొరకు ప్రభుత్వాలు ఎన్నో సంస్థలను ఏర్పాటు

చేసాయి. ఆ సంస్థలు పర్యవేక్షణ అమలులో శ్రద్ధ తీవ్రత పెంచాలి.

ప్రపంచవ్యాప్తముగా కూడా ఈ సమస్యలను గుర్తించి గత కొన్ని దశాబ్దాలుగా కొన్ని సంస్థలను ఏర్పరచి, ప్రణాళికలు చేసి ఈ విషయముపై నష్ట పరిహార చర్యలు చేపట్టడం జరుగుతుంది కానీ ఫలితం చాలా తక్కువగా చేకూరుతుంది. ఎందుకంటే వ్యాపారాలలో పెట్టిన పెద్ద పెట్టుబడులు, నిర్మించిన పరిశ్రమలు, లాభాలు, స్థూల జాతీయ ఉత్పత్తులు లాంటి లక్ష్యాలను తగ్గించుకోలేకపోవడం దానిపై అవగాహన శ్రద్ధ కొరవడడం.

దేన్నైనా పాడు చెయ్యడం చాల సులభం అదే బాగు చెయ్యడం చాలా చాలా కష్టం. వ్యాపారము, అధిక లాభాపేక్ష ఒక్కటే లక్ష్యముగా పెట్టుకోకుండా మానవ శ్రేయస్సును దృష్టిలో పెట్టుకోవాలి పర్యావరణహితముగా, కాలుష్యరహితముగా ప్రకృతిసిద్ధముగా ఉండే పద్ధతులను ప్రక్రియలను కొనసాగించాలి. ప్రభుత్వాలు కూడా ఈ అంశాలకు అధిక ప్రాధాన్యతను ఇచ్చి నియంత్రణ పై ఎక్కువ శ్రద్ధ పెట్టి సంపద పెరుగుదల కన్నా స్థూల ఉత్పత్తుల లక్ష్యాల కన్నా ప్రకృతి పర్యావరణాలకు జీవుల ఆరోగ్య రక్షణకు కట్టుబడాలి.

మనుషులకు ఇతర జీవులపై ఉన్న సౌలభ్యము పరిశోధనలు చేసి విజ్ఞాన- సాంకేతిక శాస్త్రాల అభివృద్ధి పరచుకోగలిగే తెలివితేటలు ఉండడమే. ఆ సౌలభ్యాన్ని ఉపయోగించుకొని విజ్ఞాన- సాంకేతిక శాస్త్రాలను తప్పనిసరిగా అభివృద్ధి పరచుకొని అవసరాలను, సౌకర్యాలను ఏర్పరచు కోవలసిందే కానీ లోప, దుష్ప్రభావ, కాలుష్య రహితముగా ఉండేటట్లు జాగ్రత్తలు తీసుకొంటూ ముందుకివెళ్ళాలి.

మరి మనుషులు ఏ సౌకర్యాలను, సుఖాలను, రుచులను, వినోదాన్ని అనుభవించ కూడదా అనే తర్కం తలెత్తుతుంది! కానేకాదు. మెరుగైన జీవిన ప్రమాణాలు, శైలితో అన్నిటిని సమకూర్చుకోవలసిందే అనుభవించవలసిందే. కానీ ఆయా పద్ధతులు, మార్పులు దైవ రూపకల్పన నిర్మాణతల వలే ఏ రకమైన దుష్ప్రభావాలు, లోపాలు, కాలుష్యాలు కలిగించకుండా జీవులకు ప్రకృతి పర్యావరణాలకు నష్టదాయకముగా పరిణమించకుండా ఉండేలా చూసుకుంటూ చెయ్యాలి.

ప్రపంచ వ్యాప్తంగా తీవ్ర సమస్య కాబోతున్న ఇంకో అతి ముఖ్యమైన అంశము మంచి నీటి కొరత ....

జీవుల ప్రాణాధారమైన మంచి నీటి వినియోగం కూడా నిర్లక్ష్యానికి గురి అవుతున్నది. ఇప్పటికే ప్రపంచములో చాలా ప్రాంతాలు మంచి నీటి లభ్యత విషయములో ఒత్తిడిలో వున్నాయి. ప్రతి ఒక్క మనిషికి అన్ని అవసరాలకు కలిపి సంవత్సరానికి 1700 క్యూబిక్ మీటర్ల మంచి నీటి అవసరముంటే ప్రస్తుత లభ్యత 1470 క్యూబిక్ మీటర్లు మాత్రమే ఇప్పుడు ఉంది. ఈ లభ్యత ఇంకా దిగజారి 1000 క్యూబిక్ మీటర్లకు చేరితే మరికొన్ని సంవత్సరాలలోనే కొరతను సంక్షోభాన్ని ఎదుర్కోవలసివస్తుంది. తర్వాత తరాలకు మనము అందించవలసిన ముఖ్యమైన సహజ వనరు మంచి నీరు అలాటి వనరు భవిష్యత్తు జాగ్రత్తగా పరిరక్షించ వలసిన బాధ్యత ఈ తరానికి చాల వుంది.

పెరుతున్న నీటి అవసరాలను దృష్టిలో పెట్టుకుని నీటి నిల్వకు ఎన్నో ప్రాజెక్టులను నిర్మించారు అయినా వినియోగంలో సరైన ప్రణాళిక లేక ఈ పరిస్థితులు ఏర్పడ్డాయి.

ఇక మిగిలిన దారి ఒక్కటే నీటి వినియోగములో సరైన యాజమాన్య పద్ధతులు పాటించడం, నీటిని పూర్తి ఫలోత్పాదకశక్తితో ఉపయోగించే ఆచరణ పద్ధతులు వినియోగదారులకు నేర్పించడం. ఈ విషయాలలో ప్రభుత్వాలు అతిత్వరగా తగిన కార్యాచరణ అమలుపరచి వినియోగదారులకు నీటి వాడకంలో సరైన పద్ధతులు, పొదుపు అలవాటుచెయ్యాలి. నీటి వినియోగంలో పొదుపైన నూతన పద్ధతులు వినియోగదారులు అలవాటు పడటానికి అందుకు అవసరమైన శిక్షణ ఇవ్వడానికి సంబంధిత వ్యవస్థలను అభివృద్ధి పరచడానికి చాల ఎక్కువ కాలం ఒకటి రెండు దశాబ్దాలు పట్టవచ్చు ఎందుకంటే ఈ విషయములో మార్పుకు వినియోగదారులకు విముఖత ఉంటుంది.

ఏడాదిపొడవునా నదులలో అవసరమైన కనీసపు పర్యావరణ నీటిని తప్పకుండా విడుదల చేసి నీటి ఆధారిత మొక్కలు, జలచరాలు, మత్స్య జంతు జీవ జాలాల పరిరక్షణకు కూడా పూర్తి ప్రాధాన్యత ఇవ్వాలి. దైవ సృష్టిలో సమతుల్యతకు అవీ ముఖ్యమే కదా.

నీటి భవిష్యత్తు రక్షణ చాల ముఖ్యమైన అంశము. రాబోయే కాలములో దేశాల ఆర్థిక స్థిరత్వం మరియు ఆర్థిక ఆరోగ్యానికి, బంగారం బదులు మంచి నీటి లభ్యత నిల్వాల ఆధారముగా వున్నా ఆశ్చర్యములేదు ఎందుకంటే మంచి నీరు అంత విలువ సంతరించుకోవచ్చు. బంగారము లేకపోయినా బ్రతకవచ్చు కానీ నీరు లేకుండా బ్రతకలేము.

ఈ సమస్యపై జెండా ఎగుర వేయబడి, దేశాల పంచవర్ష ప్రణాళికలలో చేర్చబడి దశాబ్దాలైనా నీటి భవిష్యత్తు పరిరక్షణకు చర్యలు ఏ ప్రభుత్వాలు ఇంతవరకు చేపట్టినట్లు లేదు.

దైవము తన సృష్టిలోని అన్నిటిని విశ్వాలను, నక్షత్రాలను, గ్రహాలను, సహజ వనరులను, జీవులను వాటిలోనున్న అన్ని వ్యవస్థలను ఒకదాని తో ఒకటి సహకరించుకొనే విధముగా సమతుల్యతలో వుండే విధముగా అవసరమైన ఏర్పాట్లన్నీ చేసి సృష్టించాడు. ఆ విషయాన్నీ దృష్టిలోపెట్టుకుని మనము ఏమైనా చెయ్యాలి. సముద్రములోనికి సహజముగా ప్రవహించ వలసిన నీటిని నిలువరించడం వలన సముద్ర జీవులకు పోషకాలు అందని పరిస్థితి ఆ యా జీవరాసులు అంతరించే పరిస్థితి ఉత్పన్నం అవుతుంది. ఇటీవల చైనాలో కట్టిన అతి పెద్ద జలాశయము వలన భూభ్రమణములో చిన్న మార్పు జరిగిందని నాసా నిపుణులు వెల్లడించారు. ఇలాంటివి ఈ సృష్టి సమతుల్యత పై ప్రభావము చూపుతాయి కనుక నీటి వాడకంపై పొదుపుపై ఎక్కువ శ్రద్ధ తీసుకొని నీటి నిల్వాలను ఇంకా పెంచకుండా చూసుకోవలసిన అవసరము కూడా వుంది.

మనుషులకు ప్రపంచ భక్తి ఉండడం కూడా అవసరమేనేమో .....

తమ దేశముపై భక్తిలో ఎంతో భావోద్వేగాలతో వుండే మనుషులలో ఇతర దేశాల పట్ల దేశస్థుల పట్ల అంతగా సానుకూల దృకృధము ఉండటంలేదు. ఈ ప్రపంచమంతా నాది అనే భావన మనుషులలో అంతగా కనపడదు.

ప్రపంచీకరణ అని ఇంటర్నెట్ లో మాత్రము ప్రపంచాన్ని ఒక కుగ్రామం చేశారు. అది కేవలం వాణిజ్య వ్యాపారాల కోసమే కానీ నిజమైన ప్రపంచభక్తితో కాదు.

దైవ సృష్టిలో ఒక్కటిగానే వున్న ప్రపంచము గత కొన్ని శతాబ్దాలలో ఆర్థిక, సామాజిక, సాంస్కృతిక, వాతావరణ, ఆరోగ్య, మత, ఆచార వ్యవహార వగైరా పరిస్థితులను బట్టి వివిధ దేశాలుగా విడదీయబడింది. దరిమిలా ప్రపంచమంతా ఒక్కటే, జీవులన్నీ ఒక్కలాగే సృష్టించ బడ్డాయి అనే భావము ఆవిరయిపోయి ద్వేష భావాలూ, ఘర్షణ వాతావరణాలు అణచివేతలు వుద్భవించాయి.

ప్రపంచభక్తి అనే అంశము మనుషులలో అంతగా లేకపోవడంవల్ల దేశాల మధ్య ద్వేషాలు, యుద్ధాలు మనుషుల్ని మనుషులే చంపుకొనే తీవ్రవాదాలు, మారణాయుధాలు, అణుబాంబులు, జీవాయుదాలు లాంటివాటి తయారీ ఇంకా ఎన్నో అనర్థాలు చోటుచేసుకుంటున్నాయి.

ప్రపంచ వ్యాప్తముగా ఉమ్మడి విషయాలు సమస్యలు సమన్వయానికి ఐక్యరాజ్యసమితి లాంటి కొన్ని సంస్థలే ఉన్నాయి కానీ, పూర్తి అధికారాలు కలిగిన ఒక ప్రభుత్వము లాంటి, పరిపాలన కేంద్రము కూడా ఉంటే ప్రపంచ భావన ఏర్పడే అవకాశము ఉండవచ్చు. అది అసలు సాధ్యమేనా అంటే. ఇలా అయితే కావచ్చేమో చూడండి ....

మనకు తెలుసు కొన్ని లక్షల కోట్ల మనిషి శరీర కణాల అవసరాలను మెదడు అనుబంధిత వ్యావస్థలను సమన్వయపరుస్తూ సునాయాసము గా నిరంతరాయము గా నిర్వహించగలుగుతున్నది.

ప్రపంచము లోని మొత్తము మనుషుల సంఖ్య 0.00810 లక్షల కోట్లు మిగతా జీవులన్నిటిని కలిపితే 1.25 లక్షల కోట్లకు మించదు అంటే ఒక మనిషి శరీరములో వుండే కణాల సంఖ్యలో కేవలం 30వ వంతు మాత్రమే.

దైవం సృష్టించిన మానవ మెదడు లాంటి అత్యంత వేగవంతమైన సూపర్ కంప్యూటర్ను తాయారు చేసి తగిన సాఫ్ట్ వేర్ తయారు చేసి వినియోగిస్తే ప్రపంచములోని జీవులన్నిటి యొక్క కనీసము మనుషులందరి యొక్క స్థితిగతులను, బాగోగులను, అవసరాలను ప్రతి నిముషము పర్యవేక్షిస్తూ నిర్వహించగలగవచ్చునెమో!

ఈ సృష్టి మొత్తము దైవం ఏర్పరచిన వివిధ వ్యవస్థల సమతుల్యత పై ఆధారపడి నడుస్తుంది. అవి అంతరిక్షములోని గ్రహాలైన ప్రకృతి పర్యావరణాలైన ధేహములోని వ్యవస్థలైనా పరస్పర సహకారముతోనే కొనసాగుతూ ఉంటాయి. దానికొరకు ప్రతి విషయములోను మన వంతు కృషి జరప వలసిన అవసరము తగిన శ్రద్ధ చూపించ వలసిన అవసరము ఎంతయినా వుంది.

ఈ విశ్వాన్ని దైవం మనకు ఎలా ఇచ్చాడో మన తరువాత తరాలకు అలాగే ఇవ్వాలనే సృహలో అందరూ ఉండాలి తగిన జాగ్రత్తలు తీసుకోవాలి అనే స్పృహ లోనే వుండి ఏ కార్యక్రమాలనైనా చెయ్యాలి.

10

ముగింపు

దైవ ప్రేరేపితముగా ప్రకృతి మార్గదర్శనము తో చేసిన ఈ ప్రయత్నములో ఈ క్రింది అంశాలు అంటే .....

- ❖ శాశ్వతుడైన దైవము తనలోనే ఈ విశ్వమంతటినీ సృష్టించి విస్తరింప చేస్తుందని, విశ్వమంతటికి దైవము ఒక్కటేనని, దైవమే అన్ని జీవుల ప్రాణమని

- ❖ దైవము జీవులన్నిటిని ప్రతి కణముతో అనుసంధానించుకొని నిరంతరంగా నిర్వహిస్తూ నడిపించే శక్తి అని

- ❖ దైవమే సమస్త జీవ మనుగడకు కావలసిన అన్ని అవసరాలను, రక్షణ కవచాలను ఏర్పరచి భూమి, ప్రకృతి, జీవులను సృష్టించాడని

- ❖ దైవ ప్రసాదితమైన దేహాన్ని శుచిగా శుభ్రముగా వుంచాలని, సహజసిద్ధమైన గాలి, నీరు, ఆహారాన్నే ప్రతి జీవి సేకరించి స్వీకరించడమే ప్రధమ కర్తవ్యమని, పునరుత్పత్తి సహజ ధర్మం గా ఆచరించాలని

- ❖ లోపాలు, దుష్ప్రభావాలు లేని అద్భుతమైన దైవ సృష్టి యొక్క పరిపూర్ణత, గొప్పతనము గ్రహించామని

- మానవ విజ్ఞాన-సాంకేతిక శాస్త్రీయ పరిశోధనలు వికాసము కొరకు అవసరమే కానీ ప్రకృతి పర్యావరణాలకు, జీవుల మనుగడకు ముప్పు తేకూడదని

- పరిశ్రమలు, వాణిజ్య, వ్యాపారాలు ఎటువంటి కాలుష్యాన్ని దుష్ప్రభావాలని కలిగించకుండా జాగ్రత్తలు అనివార్యమని

- సామాజిక, ప్రపంచభక్తిని పెంపొందించి మతాల, దేశాల మధ్య వైరుధ్యాలను, శతృత్వాలను, యుద్ధాలను నివారించే దిశ గా మానవ జీవనం సాగాలని

- ఇంతటి గొప్ప సృష్టికి కర్త అయిన దైవానికి ఎంతగా రుణపడి ఉన్నామో గ్రహించాక మనుషుల ఆలోచనలో ప్రవృత్తిలో మంచి మార్పులు చోటు చేసుకోవాలని

..... గుర్తించాము గ్రహించాము.

దైవానికి మనము చెయ్యవలసిందేమి ఉండదు కేవలం మనల్ని మనం సంస్కరించుకొని మంచి జీవన మార్గమును అలవరచుకోవడమే మనం చెయ్య వలసిన ముఖ్యమైన పని.

ఈ విధముగా ఏర్పడ్డ జ్ఞానోదయముతో మనుషులు దైవదత్తమైన జీవన విధానాలనే అవలంభించి, దైవ నిర్దేశిత ప్రవర్తన నియమావళిని గ్రహించి కర్మలను ఆచరించి ఈ సృష్టి సంరక్షణకు అవసరమైన మార్పుల వైపు అడుగులు వేసి ఆరోగ్యవంతమైన, ఆనందమయమైన సుఖవంతమైన జీవితాల్ని గడపాలని ఆశిస్తూ ఈ పుస్తకము ముగించబడినది.

ఈ పుస్తకములో ప్రస్తావించిన అనేక విషయాలు మనస్సుకు హత్తుకుంటే, సమంజసము అనుకొంటే జీవుల మనుగడకు సృష్టి పరిపుష్టానికి మన వంతు భాద్యతగా విశ్వ శ్రేయస్సు కోసం సాధ్యమైనవాటిని పాటించడానికి వెంటనే ఉపక్రమిద్దాము.

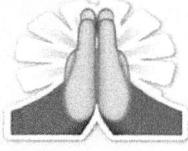

THE HUMAN BODY
Internal organs

BRAIN
Lorem ipsum dolor sit amet consectetur adipiscing elit, sed do eiusmod tempor incididunt ut labore et dolore magna aliqua.

THYMUS GLAND
Lorem ipsum dolor sit amet, consectetur adipiscing elit, sed do eiusmod tempor incididunt ut labore et dolore magna aliqua.

THYROID
Lorem ipsum dolor sit amet consectetur elit.

KIDNEYS
Lorem ipsum dolor sit amet, consectetur adipiscing elit, sed do eiusmod tempor incididunt ut labore et dolore magna aliqua.

PANCREAS
Lorem ipsum dolor sit amet consectetur adipiscing elit, sed do eiusmod tempor.

INTESTINES
Lorem ipsum dolor sit amet consectetur adipiscing elit, sed do eiusmod tempor incididunt ut.

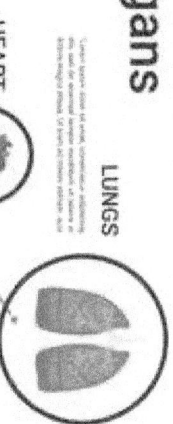

LUNGS
Lorem ipsum dolor sit amet, consectetur adipiscing elit, sed do eiusmod tempor incididunt ut labore et dolore magna aliqua.

HEART
Lorem ipsum dolor sit amet consectetur.

LIVER
Lorem ipsum dolor sit amet, consectetur adipiscing elit, sed do eiusmod tempor.

STOMACH
Lorem ipsum dolor sit amet consectetur adipiscing elit.

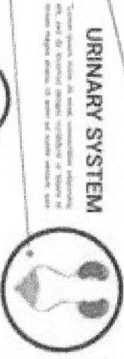

URINARY SYSTEM
Lorem ipsum dolor sit amet, consectetur adipiscing elit, sed do eiusmod tempor incididunt ut.

REPRODUCTIVE SYSTEM (Female/Male)
Lorem ipsum dolor sit amet consectetur adipiscing elit, sed do eiusmod tempor.